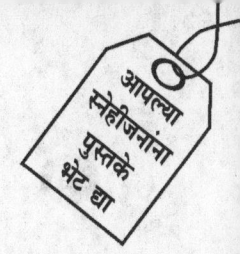
रजई

प्रतिमा कुलकर्णी

AA000962

मेहता पब्लिशिंग हाऊस

Please contact us at **Mehta Publishing House,** Pune.

Email : production@mehtapublishinghouse.com

Website : www.mehtapublishinghouse.com

RUJWAI by PRATIMA KULKARNI

रुजवाई / कथासंग्रह

© प्रतिमा कुलकर्णी

author@mehtapublishinghouse.com

प्रकाशक : सुनील अनिल मेहता, मेहता पब्लिशिंग हाऊस,
१९४१, सदाशिव पेठ, माडीवाले कॉलनी, पुणे - ४११०३०.

मुखपृष्ठ : सतिश भावसार

प्रथमावृत्ती : डिसेंबर, २०२०

P Book ISBN 9789353175115
E Book ISBN 9789353175122
E Books available on : play.google.com/store/books
www.amazon.in

कुणी दिधले संस्कार
कुणी अनुभव दिले
जीवनाच्या वाटेवरी
सोबतीला हात दिले

कुणा पुण्याईचे भाग्य
माझ्यासंगती चालते
त्याच रुजवाईचे फळ
पायी त्यांच्याच अर्पिते

— *प्रतिमा*

मनोगत

'रुजवाई' या माझ्या पहिल्यावहिल्या कथासंग्रहाला मेहता पब्लिशिंग हाऊस सारखे नामवंत प्रकाशक मिळाले, हा खराच भाग्ययोग! या संग्रहातल्या कथांच्या माध्यमातून मानवी भावभावनांचा वेध घेण्याचा प्रयत्न केला आहे. विशेषतः वयाच्या प्रत्येक वळणावरच्या स्त्रीमनाचा मागोवा घेणाऱ्या या कथा आहेत.

तेरा-चौदा वर्षाच्या नकुशीपासून ते सर्व वयाच्या कथानायिका यात आढळतील. त्यात प्रतिकूलतेविरुद्ध झगडत अस्तित्वाची लढाई जिंकणारी मुक्ता आहे. याच्या अगदी उलट हताश, परिस्थितीशरण शुष्कादेखील आढळते. 'नातिचरामि' म्हणून कलाकार पतीला आयुष्यभर साथ देणारी माधवी आहे. तशीच अनपेक्षितपणे भावी पतीने साथ सोडल्यावर खचून न जाता धीराने परिस्थितीला तोंड देणारी 'मानिनी' शाल्मलीदेखील आहे. अशाच प्रकारे मनाला चटका लावणारी 'मंगळसूत्र'मधली वृंदाही आहे.

मानवी नातेसंबंध काळानुरूप थोडे फार बदलतात; पण तरीही मायेचे रेशीमबंध परस्परांना बांधून ठेवतात. एकमेकांच्या सहवासाला आसुसलेल्या माईआत्या नि त्यांची नातवंडं आणि त्यांच्यामधला दुवा असणारा नंदू यांच्या कथेतून हे जाणवते. जुना अनुबंध मनात जपून पाठराखण करणाऱ्या संजूला नव्याने जाणून घेणारी 'ऋणानुबंध'मधील

मानसी असो, की दुरावलेलं माहेर जोडणारी, मनातलं हे घर दुरून का होईना जपणारी शुभा- नातेसंबंधांची असोशी यातून जाणवल्याशिवाय राहत नाही. चांगल्या विचारांची, आनंदाची, प्रेमाची ही 'रुजवाई' रसाळ, गोमटी फळे निश्चितपणे देईल.

या कथासंग्रहात समाविष्ट असलेल्या स्वयंसिद्धा, मंगळसूत्र, कायापालट आणि ऋणानुबंध या कथा सांगली आकाशवाणीवरून प्रसारित झाल्या आहेत. तसेच मानिनी (प्रपंच), शुष्का (स्त्री), राहिले दूर घर, रुजवाई (उत्तम कथा), नकुशी, 'नातिचरामि' (सर्वोत्तम) या कथा वेळोवेळी प्रसिद्ध झाल्या. सांगली आकाशवाणी व सर्वच नियतकालिकांना मनःपूर्वक धन्यवाद!

'रुजवाईचे' हे स्वप्न मेहता पब्लिशिंग हाऊसमुळेच प्रत्यक्षात येऊ शकले. पुस्तक प्रकाशित होईपर्यंतच्या सर्वच टप्प्यांवर श्री. सुनील मेहता व त्यांच्या सहकाऱ्यांनी दिलेले मार्गदर्शन व सहकार्य शब्दातीत आहे. या सर्वांमुळे ही 'रुजवाई' रसिकांच्या हाती देता येणे शक्य झाले. या सर्वांची मी शतशः ऋणी आहे.

सर्व सुहृदांच्या सदिच्छांप्रमाणेच रसिक वाचकांचे आशीर्वाददेखील या 'रुजवाई'ला लाभावेत, हीच प्रार्थना!

– प्रतिमा कुलकर्णी

अनुक्रमणिका

नातिचरामि...

गेल्या शुक्रवारी सुधीरने अखेरचा श्वास घेतला. त्याआधी सतरा दिवस त्याची मृत्यूशी झुंज सुरू होती. सुधीर आयसीयूत आणि माधवी काचेबाहेर अखंडपणे धडपडत होते. सुधीरचा लढाऊ स्वभाव आणि माधवीची त्याला अथकपणे साथ देण्याची सोशीक वृत्ती अखेर आठ दिवसांपूर्वी हरली. डॉक्टरांच्या शर्थीच्या प्रयत्नांना अयशस्वी ठरवून मृत्यूने सुधीरचा ताबा घेतला... संपलं सगळं... माधवीचं अवसानच गळालं. आता तिच्या जगण्याचा हेतूही संपला. धडपड संपली... सगळं जगच जिथल्या तिथे थांबल्यासारखी माधवी सुन्न झाली. पुढच्या साऱ्या सोपस्कारांत फक्त तिचं शरीर यंत्रवत सहभागी झालं... मन केव्हाच जाणिवेच्या पलीकडे पोचलं होतं.

गेल्या आठ दिवसांत वृत्तपत्रांतून रकानेच्या रकाने भरून सुधीरबद्दल लिहिलं गेलं होतं. त्याच्या कलाजीवनाबद्दल, त्याच्या कलंदर व्यक्तिमत्त्वाबद्दल भरभरून कौतुक केलं गेलं होतं. कुठल्या कुठल्या समारंभांतले फोटो छापलेले होते. माधवी हे सारं तटस्थपणे पाहत होती. देवराम रोज ताजी वृत्तपत्रे आणून माधवीसमोर ठेवत होता. सुधीरच्या आठवणीने डोळे पुसत होता. वहिनीसाहेबांनी काहीतरी बोलावं, असं त्याला वाटत होतं. पण मुळात माधवीचा स्वभाव कुणासमोर पटकन् व्यक्त होणारा नव्हता. त्यातून हा धक्का एवढा जबरदस्त होता की अजून पूर्णतः तिला परिस्थितीचं आकलनच झालं नव्हतं. सुधीरशिवाय जगायचं, ही कल्पनाच गळी उतरत नव्हती. मृत्यूपूर्वी सतरा दिवस आयसीयूमध्ये तळमळणाऱ्या सुधीरला तिनं पाहिलं होतं. रात्री जागवल्या होत्या. खरंतर दोन-तीन दिवसांतच कळून चुकलं होतं की आता तो यातून वाचणं फार कठीण आहे. पण तरीही आपली सगळी पुण्याई

पणाला लावून माधवी त्याच्यासाठी प्रार्थना करत राहिली. कारण गेली पस्तीस वर्षं याच्याशिवाय दुसरा विचारच केला नव्हता. सुधीर हेच तिचं जीवन आणि सुधीरच सर्वस्व होता. त्याच्या स्वभावामुळे कितीतरी माणसं जोडली गेली आणि काळाच्या प्रवाहाबरोबर बाजूलाही गेली. माधवी आणि सुधीर मात्र हातात हात गुंफून तो लाटांचा खेळ पाहत राहिले.

पस्तीस वर्षांपूर्वी त्याच्यातल्या कलंदर कलावंताच्या प्रेमात पडून माधवीनं त्याच्याशी लग्न केलं होतं. त्या वेळेपासून आतापर्यंत प्रत्येक वळणावर सुख-दुःखात ती अखंडपणे त्याची सोबत करत राहिली होती. स्वतःचं अस्तित्व विसरून, आपलं काय आहे, आपल्याला काय हवं आहे, याचा विचारही न करता त्याच्याभोवती भिरभिरत राहिली होती. आता अचानकच सारं काही थांबलं होतं. तिच्या सांत्वनासाठी लोक येत होते. भेटत होते. बोलत होते. तीही त्या प्रसंगाला जमेल तशी तोंड देत होती. सुधीरसोबतचा जीवनपट आठवत होती. पण या साऱ्यांना भेटताना, वृत्तपत्रातून सुधीरचं कौतुक वाचताना, त्याच्या चाहत्यांचं मनोगत जाणून घेताना तिला राहून राहून एकच प्रश्न पडत होता- सुधीर जिवंत असताना, आजारी असताना, अडचणीत असताना हे सारे जण कुठे होते? दवाखान्यात त्याचं बिल भागवताना आपण हातातल्या सोन्याच्या बांगड्या उतरवल्या, त्या वेळी यांतला एकही हात पुढे का आला नाही? आधाराची, मदतीची गरज खरंतर तेव्हा होती... मग?

कालच जळगावजवळच्या खेड्यातून पत्र आलं होतं. खूप वर्षांपूर्वी कुठल्याशा संस्थेनं सुधीरचं नाटक तिथे आयोजित केलं होतं. त्याच्या आठवणी सांगून त्याच्या नावे स्मृती म्हणून संस्थेला देणगी द्यावी, असं त्यांनी सुचवलं होतं. त्या बदल्यात सुधीरबद्दल विशेषांक काढण्याची कल्पना मांडली होती. सुधीरच्या दुर्मिळ फोटोंसह आठवणी मागितल्या होत्या. म्हणजे संस्थेला देणगीही मिळाली असती व विशेषांकातूनही पैसा मिळवता आला असता. माधवीला पत्र वाचून थक्क व्हायला झालं. खरंच कितीतरी संस्थांनी सुधीरच्या नावावर, त्याच्या नाटकांवर अमाप पैसा मिळवला होता; पण सुधीर मात्र तसाच राहिला होता. कोरडा, कलंदर... ही व्यावसायिक गणितं त्याला कधी पटलीही नाहीत आणि जमलीही नाहीत.

दुपार टळून गेली तरी माधवीसमोर सकाळची वर्तमानपत्रं पसरलेली होती. अजूनही कुठेकुठे सुधीरच्या प्रतिभासंपन्न व्यक्तिमत्त्वाचं गुणवर्णन करणारे लेख होते. त्याच्या आठवणी, कलंदर, कलासक्तीबद्दल लिहिलं जात होतं. नाट्य क्षेत्रातल्या त्याच्या योगदानाबद्दल भरभरून कौतुक केलं जात होतं.

सुधीरचं अभिनयकौशल्य, तरुणपणी देखण्या सुधीरसाठी होणारी गर्दी, नंतरच्या काळातलं त्याचं नाट्यलेखन-दिग्दर्शन या साऱ्या जुन्या स्मृतींना उजाळा दिला होता. चाकोरीबाहेर जाऊन वेगळ्या धाटणीचे विविध विषय त्यानं कसे हाताळले होते, या साऱ्याचं वर्णन त्याच्या रंगीत छायाचित्रांसह छापलं होतं. यांतली कित्येक छायाचित्रं तर सुधीर-माधवीच्याही संग्रही नव्हती. हे लोक इतका तपशील इतक्या कमी अवधीत कसा काय मिळवत असतील, असा विचार माधवीच्या मनात आला. सुधीरचं हे आकाशाएवढं मोठेपण या लोकांना जे जाणवलं ते पत्नी म्हणून, जवळून आपण पूर्णतः पाहू शकलो नाही का? माधवीचे डोळे पाणावले.

तेवढ्यात दार वाजवून देवराम आत आला. जवळजवळ वीस-एक वर्षांपूर्वी कुठल्याशा दौऱ्यावरून परतताना सुधीर त्याला आपल्याबरोबर घेऊन आला होता. त्यांच्या गाडीवर ड्रायव्हर म्हणून आलेला देवराम पुढे बाजारहाट, बिलं भरणं यांसारखी सारीच कामं विश्वासानं आणि आपुलकीनं करू लागला. सुधीरला त्याची सावलीसारखी सोबत असे. आताही गेले आठ दिवस तो आपल्या घरीही गेला नव्हता. माधवीला एकटं ठेवायचं नाही, तिची सोबत करायची; म्हणून रात्रंदिवस इथेच राहत होता. खरंतर रात्रीसाठी गेटवर वॉचमन असे; पण देवरामला हे सांगूनही पटत नसे. आताही त्याचा ओढलेला चेहरा पाहून माधवीला वाईट वाटलं. "देवराम, तू घरी जाऊन खरंच विश्रांती घे दोन दिवस. अरे, मी बरी आहे आता...आणि काही लागलं तर तुला फोन करेन ना..." ती म्हणाली.

"नाही, नाही...वहिनीसाहेब...तेवढं मात्र सांगू नका," आवंढा गिळत देवराम म्हणाला. त्यानं माधवीच्या हातात एक पाकीट दिलं. कादम्बिनीचं पत्र..? खरंच की! कादम्बिनी कशी काय आली नाही भेटायला? कादम्बिनी खरंतर सुधीरची कॉलेजपासूनची मैत्रीण... सुधीरला

तिचं फार कौतुक असे. माधवीशी लग्न झाल्यावरसुद्धा त्यांच्या मैत्रीत खंड पडला नव्हता. कधीतरी मुद्दामच सुधीर माधवीला चिडवायचा - "तू भेटलीस आणि फसलो, नाहीतर कादम्बिनीशीच लग्न केलं असतं."

साध्यासुध्या माधवीच्या काळजात मग कळ उमटायची आणि ते दोघे खुशाल हसत असायचे. माधवीला वाटायचं, अजूनही आपला नवरा हिच्या प्रेमात आहे की काय? कादम्बिनी होतीच तशी... सुधीरच्या शब्दांतच सांगायचं तर 'इंटेलेक्चुअल आणि स्टायलिश'. तिची रसिकता आणि अफाट वाचन...ती आली की सुधीरच्या आणि तिच्या विविध विषयांवर तास न् तास गप्पा रंगत असत. थोडा वेळ त्यांच्या गप्पांमध्ये सोबत केल्यावर ती हळूच खाण्याजेवण्याच्या तयारीसाठी स्वयंपाकघराकडे वळत असे. कारण चहा, खाणं झालं असलं तरी कादम्बिनीला रात्रीच्या जेवणासाठी सुधीर थांबवून घेणार, हे माधवीच्या लक्षात आलेलं असे. काहीतरी चमचमीत करण्याची फर्माईश त्याच्याकडून येणार, हेही तिला माहिती असायचं. त्यामुळे स्वयंपाकीणबाईंवर ते काम सोपवून गप्पा मारत बसणं तिला योग्य वाटत नसे. कादम्बिनीसारखं गप्पा रंगवण्याचं कौशल्य आपल्याकडे नाही, याचं तिला कधीकधी वैषम्यही वाटायचं. या बाबतीत सुधीरच्या अपेक्षा आपल्याकडून पुऱ्या होत नसतील का, अशी रुखरुख वाटायची. पण जेवणाच्या टेबलवर तिनं केलेल्या पदार्थांचं कौतुक करत मनापासून जेवणाऱ्या सुधीरला पाहून ती मनातली जळमटं दूर सारत असे. त्याच्यासोबत कादम्बिनीलाही आग्रहानं जेवू घालत असे. पुढे कितीतरी वर्षांनी कादम्बिनीनं एका बड्या उद्योजकाबरोबर लग्न केलं होतं. देश-विदेशात त्याच्याबरोबर फिरताना सुधीर माधवीशी तिच्या भेटी कमी होत गेल्या; पण फोनवर अधूनमधून बोलणं होत असे.

कादम्बिनीचं पत्र वाचताना तिला सारं आठवलं. टेलीव्हिजनवरून सुधीरची बातमी तिला समजली होती. मनापासून इच्छा असूनही प्रत्यक्षात येता आलं नाही, याची खंत तिनं व्यक्त केली होती. सुधीरसोबतच्या आठवणी, कॉलेजच्या दिवसातलं हळवं नातं याबाबत लिहिलं होतं. कादम्बिनीनं पुढे लिहिलं होतं, "माधवी, तुझं खरं कौतुक वाटतं... कधीकधी सुधीर चेष्टेनं म्हणायचा, 'कादम्बिनीशी लग्न केलं असतं...' पण तू कधीच रागावली नाहीस. खरं सांगू? कोवळ्या वयात असा क्षणिक विचार आलाही असेल मनात, पण आज प्रांजळपणे सांगते,

जीवनसाथी म्हणून त्याच्याशी आयुष्यभर नातं निभावण्याचं हे अवघड काम मला कधीच झेपलं नसतं. लग्नातली 'नातिचरामि'ची शपथ तुझ्यासारखी आयुष्यभर जपता आली नसती. कलेचं कौतुक करणं वगैरे दुरून ठीक असतं; पण शेवटी कलावंताचं कलंदरपण निभवावं लागतं घरच्यांनांच! मित्र, सोबती, रसिक त्यांना डोक्यावर घेऊन नाचतात, त्या वेळी त्यांच्या पोटाची व्यवस्था करण्यात त्यांची सहचारिणी गुंतलेली असते. कारण कलंदरपणानं घराची चूल पेटत नसते; खरं ना?

गेल्या वर्षी सुधीरच्या षष्ट्यब्दीपूर्तीनिमित्त त्याचा गौरव झाला होता. त्या वेळच्या मुलाखतीत तो म्हणाला होता, 'जगण्यातला आनंद म्हणजे माझी अनावर कलासक्ती. तो आनंद केवळ माधवीमुळेच मुक्तपणे भोगू शकलो.' सुधीर जेव्हा तृप्तपणे हे सांगत होता, त्या वेळी आयुष्याचं सार्थक झाल्याची भावना तुझ्या चेहऱ्यावर भरून राहिली होती. सुधीरच्या आक्रमक व्यक्तिमत्त्वापुढे तुझं मृदुपण झळाळून दिसत होतं. त्याच वेळी वाटलं तू खऱ्या अर्थानं सुधीरची जीवनसाथी आहेस.

तुमचं सहजीवन मीही खूप जवळून पाहिलं आहे माधवी... तुला माहिती नसेल कदाचित पण सुधीर खूप वेळा माझ्याशी तुझ्याबद्दल बोलायचा. संसार सावरणाऱ्या तुझ्या हातांबद्दल बोलायचा... खरंच हॅटस् ऑफ टू यू...

खरंतर मी सुधीरची मैत्रीण... तरीही तू माझ्याशी मैत्रीचा धागा जोडलास. तो असाच जोडलेला राहू दे. चार दिवसांनी भारतात आल्यावर भेटेनच तुला. पण तुझ्या सांत्वनाला माझ्याकडे शब्दच नाही आहेत. एवढंच सांगते...'काळजी घे स्वतःची... या साऱ्या मनःस्थितीतून बाहेर पडायला तुला आत्मिक बळ लाभू दे... माधवी खरं सांगू... सुधीरचं व्यक्तिमत्त्व झेलायला, त्याचं मनस्वीपणही पेलायला हिंमत पाहिजे खूप...! ती तू आयुष्यभर दाखवलीस म्हणून तुझं अप्रूप...!''

- तुझी मैत्रीण, कादम्बिनी

मोठ्यानं हुंदका देऊन माधवी हमसाहमशी रडू लागली. देवराम पाहतच राहिला. कितीतरी दिवसांनी घुसमटलेलं आभाळ मोकळं होऊ पाहत होतं. विवाह मंत्रातल्या तिनं जपलेल्या 'नातिचरामि'ला खरा अर्थ लाभला होता.

◆

शाल्मली

शाल्मलीनं डोळे उघडले. सवयीनं मोकळे केस बांधत उशीजवळ ठेवलेला मोबाइल हातात घेतला. शंतनूचा एसएमएस उत्सुकतेनं शाल्मली वाचू लागली "शॅली...आय लव्ह यू... आता फक्त दहाच दिवस ... शंतनू" हे वाचून मोहरलेली शाल्मली स्वतःशीच हसली. 'वेडाच आहेस अगदी!' मनातलेच उद्‌गार एसएमएस करून मोकळी झाली.

खरंच! आता फक्त दहाच दिवस. २२ तारखेला शाल्मली शंतनूची होणार होती. हे दहा दिवस कसे बघता बघता उडून जातील. खरंतर लग्न ठरल्यापासूनचे गेले २ महिनेदेखील असेच फुलपाखराच्या पंखांनी उडून गेले होते. शाल्मलीला आठवला तो साखरपुड्याचा दिवस... त्यानंतर लग्नाची खरेदी... कौतुकाची केळवणं... शंतनूच्या भेटी... खुदकन् मनाशी हसून तिनं स्वतःभोवतीच एक गिरकी घेतली.

स्वयंपाकघरात चहासाठी गेल्यावर पाहिलं तर आईच्या आशाकाकूशी गप्पा रंगात आल्या होत्या. शाल्मलीनं चहा करून घेतला आणि टेबलापाशी बसून त्यांच्या गप्पा एन्जॉय करू लागली.

"आशा, अगं नंदावन्संच्या अनूचंही लग्न ठरायला हवं होतं; नाही का गं? गुण्यांकडचं स्थळ चांगलं होतं गं, का नाकारलं कोण जाणे!" प्रभा- शाल्मलीची आई म्हणत होती.

"अहो वहिनी, अनूच्या अटीतटीच फार. आता स्थळं बघायला लागून दोन-अडीच वर्षं झाली. थोड्यातरी अपेक्षा कमी होतील असं वाटलं होतं, पण कसलं काय!" आशा काकू म्हणाली.

"हो ना! अगं शाल्मलीपेक्षाही तीन वर्षांनी मोठी आहे ती. नाही म्हटलं तरी नंदावन्संसाठी वाईट वाटतं गं..."

"मीसुद्धा दोन-तीन स्थळं सुचवली होती, वहिनी... पण नंतर नाद सोडून दिला" आशाकाकू म्हणाली. शाल्मली मनातून हसत होती. आशाकाकू खरंतर आईची चुलत जाऊ. पण दोघींचं चांगलंच गूळपीठ जमायचं. आता विषय शाल्मलीच्या लग्नाच्या वेळच्या कामाच्या आखणीवर आला होता. गावातच राहणारी ही धाकटी जाऊ आईला हक्काची वाटायची. त्यामुळे लग्नाच्या सर्व तयारीत ती असायचीच. आतादेखील शाल्मलीच्या लग्नाच्या वेळी कुणावर कोणती जबाबदारी सोपवायची, ते दोघी ठरवत होत्या. लग्नाच्या दिवशी शाल्मलीची आई देवकार्यात गुंतल्यावर आशाकाकूंकडेच सर्व जबाबदारी येणार होती. त्यामुळे एकूणच तिचा भाव वधारलेला होता.

"बाकी सान्यांकडची माणसं खूपच हौशी आहेत हं. व्याहीभोजन किती थाटात केलं त्या लोकांनी! पन्नास माणसं जवळजवळ आपलीच झाली. किती नेटका आणि सुंदर कार्यक्रम झाला नाही!" आशाकाकू शाल्मलीच्या सासरच्यांचं कौतुक करत होती.

"होऽना! फुलांच्या रांगोळ्या काय... पंचपक्वान्नांचं जेवण काय... सजावट तरी किती... मला तर बाई दडपल्यासारखं झालं होतं," शाल्मलीची आई म्हणाली.

"अहो वहिनी, तुम्ही कशाला दडपून जाताय? नक्षत्रासारखी सून मिळाली म्हणून केलं हो त्यांनी कौतुकानं. बाकी आपली शाल्मलीसुद्धा नशीबवान आहेच हं... इतकं हौशी सासर, सालस, हुशार नवरा मुलगा...शोधून सापडलं नसतं असं स्थळ..."

"खरंच हं आशा, अगं स्थळंसुद्धा बघायला लागली नाहीत फार. पहिलंच स्थळ हे. जणू दोघं एकमेकांसाठीच थांबली असावीत इतक्या पट्कन ठरलं सगळं..."

मनातून हे सगळं कौतुक ऐकून शाल्मलीला आनंदाचं भरतं आलं होतं. शंतनूचा एसएमएस आठवला आणि मनापासून म्हणाली, "बस! आता फक्त काही दिवस" आणि शंतनूबरोबरच्या सुखी सहजीवनाच्या स्वप्नात ती बुडून गेली. त्या तंद्रीतच बेडरूममधल्या आरशासमोर आपलं रूप न्याहाळू लागली. कितीतरी वेळानं आईची हाक आणि नाश्त्याचा खमंग वास यांनी शाल्मलीची तंद्री भंगली. नाश्ता, अंघोळ उरकून आईला सांगून शाल्मली बाहेर पडली. जयस्वाल भाभींना मेंदी

आणि मेकअपसाठी येण्याचं बजावून ती ब्यूटीपार्लरमधून बाहेर पडली. एक-दोन ब्लाउज टेलरकडून अजून मिळाले नव्हते. संध्याकाळपर्यंत तयार ठेवण्याचं आश्वासन घेऊन शाल्मली एक्सलंट कॉम्प्युटर इन्स्टिट्यूटकडे वळली. तिथल्या मेहता सरांना लग्नाचं आमंत्रण देऊन जिना उतरत होती- इतक्यात जिन्याच्या मिडलँडिंगवर तिला तो दिसला. जणू तिची वाट अडवूनच उभा होता. नेहमीप्रमाणे त्याच्याकडे दुर्लक्ष करून ती जाऊ लागली. तेवढ्यात "थांब, तुझा माज उतरवतोच आज!" असं म्हणत त्यानं खिशातून बाटली काढली आणि तिच्या अंगावर ओतली.

कशी कोण जाणे; पण या सगळ्या गडबडीत ती खाली वाकली व त्याच्या हाताखालून निसटून जिना उतरून पळून आली. रस्त्याला लागल्यावर तिच्या लक्षात आलं, त्या नीच माणसानं तिच्या तोंडावर ॲसिड फेकलं होतं. चेहऱ्याची आग आग होऊ लागली. तेवढ्यात तो आपला पाठलाग करत असल्याचं ध्यानात आल्यामुळे ती जीव एकवटून ओरडू लागली. जमलेल्या गर्दीला जिवाच्या आकांतानं "त्याला पकडा" असं ओरडून सांगू लागली आणि तिथेच बेशुद्ध झाली.

अठ्ठेचाळीस तासांनी शाल्मली शुद्धीवर आली. त्या वेळी तिच्या लक्षात आलं, आपण हॉस्पिटलमध्ये आहोत. शेजारी बसलेल्या आईचा चेहरा रडून रडून सुजलाय. बाबा अस्वस्थपणे फेऱ्या घालत आहेत. चेहऱ्याची भयानक आग होत असल्याच्या वेदना शाल्मलीच्या चेहऱ्यावर पाहून, बाबांनी डॉक्टरांना बोलावण्यासाठी धाव घेतली. आई बिचारी शाल्मलीची नजर चुकवत "कसं वाटतंय बाळा" म्हणून विचारत होती. शाल्मलीला मात्र या क्षणी त्या नराधमाचा चेहरा आठवला आणि दुःखावेगानं तिनं डोळे मिटून घेतले. बाबा डॉक्टरांना घेऊन आले. डॉक्टरांनी शाल्मलीची विचारपूस केली आणि नर्सला काही सूचना देऊन ते निघून गेले. जाताना आई-बाबांना 'पेशंटशी अधिक बोलायचं नाही' म्हणून बजावून गेले.

त्यानंतरचे दोन दिवस आई-बाबांनी खरंच शाल्मलीला कोणतेही प्रश्न विचारले नाहीत. ड्रेसिंग, गोळ्या, नर्सेस, डॉक्टर या साऱ्या वातावरणाला शाल्मली थोडी सरावली. आईचे डोळे बोलत आणि भरून येत. शाल्मली मात्र झाल्या प्रकारात तिचा दोष नसतानाही

अपराधी वाटून घेत होती. अंथरुणावर पडल्या पडल्या तिला सर्व आठवू लागलं आणि आईजवळ मन मोकळं होऊ लागलं. शाल्मलीकडूनच संभाषण सुरू झाल्यामुळे आईलाही बरं वाटलं.

"कोण होता गं तो?" हा प्रश्न आईकडून अपेक्षितच होता.

"तोच गं तो! हलकट माणूस! तुला मागे म्हटलं नव्हतं? कॉलेजच्या वाटेवर माझा पाठलाग करायचा म्हणून..."

"अगं, पण हल्ली बऱ्याच दिवसांत तू काही बोलली नाहीत तसं आणि त्यानं तुला पाहिली तरी कुठं? तुमची ओळख झाली होती का?"

"काय आई अगं?असल्या थर्डक्लास माणसाशी माझी ओळख असू शकते का? तुला वीणा आठवते का? माझी कॉलेजमधली मैत्रीण? तिच्या गल्लीच्या कोपऱ्यावर याची गँग उभी असायची. वीणाच्या घरी २-४ वेळा वही देण्यासाठी, नोट्स आणण्यासाठी मला जाताना त्यानं पाहिलं. त्यानंतर मग उगाच टॉंट्स मारणं, सूचक बोलणं, गाणी म्हणणं असले प्रकार करू लागला. मी एकदा वीणाला विचारलंदेखील की कोण आहे हा सडकछाप हिरो? त्याच्यावर काही ॲक्शन घेऊ या का? तर वीणा म्हणाली, 'फालतू उनाड मुलगा आहे तो. त्याच्या कुठे नादी लागतेस? दुर्लक्ष कर. थोड्या दिवसांनी नाद सोडेल.' मीही मग तसंच केलं. पुढे वीणाचा आणि माझा ग्रुपही वेगळा झाला. मग त्या भागात जाण्याचा प्रश्नच आला नाही. तरीही कॉलेज कँपसमध्ये अधूनमधून दिसायचा तो. माझं कॉलेज संपल्यावर आपल्या बसस्टॉपजवळच्या टपरीवरदेखील कधीतरी असायचा. पण माझ्या वाटेला कधीच गेला नाही. त्यामुळे मीही निर्धास्त होते." बराच वेळ सलग बोलल्यामुळे दीर्घ श्वास घेत शाल्मली थोडीशी थांबली तेवढ्यात प्रभानं, तिच्या आईनं विचारलं, "अगं पण मग आता अचानकच? आणि नाव तरी काय त्या हलकटाचं?"

"खरं नाव काय कोण जाणे... पण त्याच्या त्या मवाली गँगमध्ये त्याला 'राया' म्हणून हाक मारताना ऐकलंय मी आणि वीणा एकदा म्हणाली होती त्याचं आडनाव पाटील आहे म्हणून. आई आता मला वाटतंय, तो पाळतीवरच असणार बघ माझ्या... कारण गेल्या आठवड्यात नाही का, माझ्या मैत्रिणींनी मला पार्टी दिली, त्या वेळी 'मीनल

रेस्टॉरंटमध्ये तोही होता त्याच्या मित्रांबरोबर, आमच्या मागच्याच टेबलवर. मला वाटलं होतं, योगायोगानं झालं असेल. पण नाही! आता आठवतंय... उठून जाताना तो बडबडत होता... लग्न ठरलंय म्हणे सालीचं. कसं होतं तेच बघतो... आई, अगं तो हे माझ्यावरूनच बोलला असेल का गं? खरंच त्यानं जन्माचा दावा साधला गं आई. आई तूच सांग मी काही चुकले का गं? का गं ही अशी भयंकर शिक्षा मिळाली मला...?''

शाल्मली ओक्साबोक्शी रडू लागली. दडपलेल्या भावनांचा उद्रेक होता तो! पण आताच्या या अवस्थेत, चेहऱ्यावरच्या या जखमांच्या दृष्टीनंही हे रडणं खूप वेदनादायक होणार होतं... कसंतरी शांत करून आईनं नर्सला बोलावलं आणि झोपेची गोळी देऊन तिला काही काळापुरता तरी आराम देण्याचं ठरवलं...

झोपी जाणाऱ्या शाल्मलीच्या डोक्यावरून हात फिरवणाऱ्या आईच्या मनात विचारांचं वादळ उठलं होतं. माझ्या लेकीचं रूपच तिचं वैरी झालं...कुणाची दृष्ट तर लागली नसेल ना? बालपणापासून आतापर्यंत शाल्मलीची काळजी कधी करावीच लागली नव्हती. आता मात्र हे अनपेक्षित पुढे वाढून ठेवलं होतं. निष्पाप शाल्मलीचे प्रश्न रास्तच होते. पण त्यांना उत्तरं नव्हती. वास्तवाला तोंड देणं, हे तर याहून कठीण होतं. आता... ठरल्या तारखेला शाल्मलीचं लग्न तर आता अशक्यच होतं... लग्नासाठीची सारी तयारी, मंगल कार्यालयापासून आचारी, फोटोग्राफर सर्वांना दिलेल्या ॲडव्हान्सवर पाणी सोडावं लागणार होतं... कदाचित कार्य न होताही त्यांनी त्या दिवशीचे पैसे मागितले तर...? खर्चाचा मोठा डोंगरच अंगाशी आला होता... शाल्मलीचे बाबा तर झाल्या प्रकारानं हतबल झाले होते... आयुष्यात एकदाच होणारी ही गोष्ट हौसेनं पार पाडण्यासाठी त्यांनी आपली सारी कमाई पणाला लावली होती. पण कन्यादानाच्या कृतार्थतेऐवजी लाडक्या लेकीच्या वेदना... बदनामी पाहणं त्यांच्या नशिबी आलं. या स्थितीत हे सारं शाल्मलीजवळ चुकूनही व्यक्त होता कामा नये; अन्यथा ती दुःखी होईल, या विचारानं दोघंही अस्वस्थ झाले होते.

दाराचा आवाज आला आणि शाल्मलीची आई चमकली. तिची मैत्रीण अवंतिका आत येत होती. खुर्चीवर बसतानाच ती म्हणाली,

"कशी आहे गं शाल्मली?''

"बरीच म्हणायची.....'' सुस्कारत शाल्मलीची आई म्हणाली.

"हे बघ प्रभा, झालं ते वाईटच झालं... पण तू असा धीर सोडशील तर त्या पोरीनं कसं सावरावं?'' अवंतिका म्हणाली.

प्रभाला आता मात्र अश्रू आवरले नाहीत. अवंतिकाच्या खांद्यावर डोकं ठेवून ती खूप रडली. थोड्या वेळानं सावरल्यावर म्हणाली, "अवंतिका त्या दिवशी तू होतीस म्हणून पोलीस परतले. तूच परतवलंस त्यांना...अगं आम्ही कुठल्या मनःस्थितीत होतो आणि यांचा पोलिसी प्रश्नांचा भडिमार सुरू झाला... काय करावं तेच कळेना बघ...''

"तेच तुला सांगते प्रभा! आता पोलीस कधीही येऊ शकतात. प्रश्न विचारू शकतात. तुम्ही तयार राहा. घाबरून जाऊ नका. जे जसं घडलं तसंच सारं सांगा... मी आहेच तुमच्याबरोबर. माझा समाजकार्याचा इतक्या वर्षांचा अनुभव आहे. मुळीच काळजी करू नका. त्या नराधमाला शिक्षा झालीच पाहिजे.''

"तुझं म्हणणं पटतंय गं; पण शाल्मलीला हे सगळं कसं सांगायचं?... आज जरा कुठे मघाशी कसं काय घडलं ते सांगत होती... पण सहनच झालं नाही बघ तिला...शेवटी झोपेची गोळी देऊन झोपवलं तिला... अवंतिका, वर्तमानपत्रात ज्या तऱ्हेनं या सर्वांवर उलटसुलट छापलं जातंय ना, बाहेर तोंड काढायलाही शरम वाटते आहे अगदी... हे पत्रकार लोक कुठून कुठे ...सुतावरून स्वर्ग गाठतात अगदी... संताप संताप होतो गं...''

"मग त्यांच्याकडे नको लक्ष देऊस...न्याय मिळवणं जास्त महत्त्वाचं हे लक्षात ठेव आता... हे लोक काय वारा येईल तसे पाठ फिरवणार आणि शाल्मलीचीसुद्धा काळजी करू नकोस... तिला मी समजावून सांगेन... खंबीर बनवेन...उद्या याच वेळी येईन हं...''

काही दिवसांनी शाल्मलीला दवाखान्यातून डिस्चार्ज मिळाला. घरीच गोळ्या- औषधं घेणं, अधूनमधून ड्रेसिंगसाठी, इंजेक्शनसाठी दवाखान्यात जाणं, हे सत्र सुरू झालं. पोलीस खात्याची चौकशीही मधूनमधून सुरू झाली होती. अवंतीनं शाल्मलीला समजावल्यामुळे ती न घाबरता या साऱ्याला सामोरी जात होती.

या साऱ्या गोष्टी घडतानाच शाल्मलीला एकच प्रश्न वारंवार सतावत होता- या सगळ्या कालावधीत शंतनू एकदाही भेटायला आला नव्हता... ना त्याच्या घरचे कुणी... आईलाही तिनं याबद्दल विचारलं... पण कामातून उसंत मिळाली नसेल... शिवाय इतक्या लांबून येणं म्हणजे...अशा काही कारणांनी आईनं तिला समजावयाचा प्रयत्न केला. शिवाय शंतनूची आई पहिल्याच दिवशी येऊन गेली होती, असं आई सांगत होती...

पण घरी आल्यावरही आईनंच त्यांना कळवलं फोन करून...तेव्हा तरी शाल्मलीला वाटलं होतं...शंतनूची आई चार शब्द आपल्याशी बोलतील... पण तसं झालंच नाही... निदान शंतनूनं तरी फोन करायचा... त्याला मुंबईतून इकडं येणं खरंच शक्य झालं नसेल? की आपलं दुःख बघवणार नाही म्हणून... पण अशा वेळीच तर आपल्या माणसांचा आधार हवा असतो...गेला महिनाभर रोज गोडगोड एसएमएस पाठवणारा शंतनू... प्रेमाचा वर्षाव करणारा... संसाराची सुखस्वप्नं दाखवणारा शंतनू इतका परका कसा झाला? की त्याच्याही मनात किंतू...?

उलटसुलट विचार करून थकलेली शाल्मली अखेर उठली. आईला बसल्याबसल्या काही मदत करावी म्हणजे विचार कमी होतील म्हणून स्वयंपाकघरात येत होती. तेवढ्यात आशाकाकूचा आवाज तिच्या कानी पडला...

"वाईट वाटून घेऊ नका वहिनी...पण उगीच वेडी आशा ठेवू नका. त्रास होईल खूप नंतर...म्हणून सांगते, सानेमंडळींचं म्हणणं आहे म्हणे, 'पेपरवाल्यांनी केलेल्या बदनामीनंतर आता अशी मुलगी पदरात घेण्यात कोणतं शहाणपण आहे? आमच्या सालस मुलानं अशी बदनाम, कुरूप झालेली मुलगी का म्हणून पत्करायची?"

"असं म्हणतात ते लोक? आशा तुला कुणी सांगितलं गं?"

"वहिनी, माझी मैत्रीण सुनीता त्यांच्या नात्यातलीच आहे आणि शंतनूच्या आईच बोलल्या म्हणे हे सगळं... दुसऱ्या स्थळांचा विचारही सुरू केला म्हणे त्यांनी..."

"अगं, काय सांगतेस? शंतनूलाही हे मान्य आहे? लग्न ठरल्यापासून सारखे फोन, प्रेझेंट्स्, शाल्मलीच्या नावाचा जप होता गं सुरू... हे सगळं विसरला तो? तसं नसेल गं... अगं या मुलांच्या मनाचा काही

विचार आहे का सान्यांना... ते काही नाही. मी स्वतः जाते आणि त्यांची समजूत काढते. दोन महिन्यांनी प्लॅस्टिक सर्जरीनंतर शाल्मलीचा चेहरा ठीक होईल म्हणाले आहेत डॉक्टर आणि जे घडलं त्यात आमच्या मुलीचा काही दोष नाही...हे समजावून सांगितल्यावर नाही म्हणायच्या नाहीत त्या... किंवा असं करू या का आशा... शंतनूच्या मोबाइलवर कॉन्टॅक्ट करते... स्पष्ट विचारावे की...'' एवढ्यात आईचं बोलणं थांबवत शाल्मली पुढे होत म्हणाली, ''आई...थांब...शांत हो...बस इथे... मी सगळं बोलणं ऐकलंय तुमचं...तुझी, बाबांची मनःस्थितीही पाहतेय मी... आता माझं थोडं ऐक... आता तू कुणाकडेही विचारायला जायचं नाहीस की समजवायलाही जायचं नाहीस... वेडी आशा मनातून काढून टाक अगदी...इतक्या दिवसांत त्यांनी काही संपर्क केला नाही यावरूनच नाही का त्यांची भूमिका लक्षात येत? अशा लोकांशी जन्माचं नातं जुळवायला निघालो होतो आपण... शंतनूबाबत म्हणशील तर घरचे काहीही ठरवतील, पण या उच्चशिक्षित मुलाला स्वतःचा असा काही विचार नाही का?

आई, समाजाला घाबरणाऱ्या अशा या भेकड मुलाशी लग्न करण्यापेक्षा मी जन्मभर अविवाहित राहीन. तुम्हीच दिलेल्या शिक्षणाच्या आधारे आपल्या पायांवर उभी राहीन. जन्मभर मुलगा बनून तुमची काळजी घेईन. आई, पूस ते डोळे... हे सगळं ज्याच्यामुळे घडलं त्या नराधमाला आपल्याला कायमची अद्दल घडवायची आहे. बघ आई, मला नक्की खात्री आहे, आपण निष्पाप आहोत. निकाल आपल्या बाजूनेच लागेल. आता तर त्याचे आणखी गुन्हे उघडकीला येऊ लागलेत. तो असा सुटणार नाही...''

''आई, झाल्या प्रकाराबद्दल आता हळहळ वाटणं सोडून दे आणि माझ्या लग्नाबद्दलची काळजीदेखील. ताठ मानेनं आयुष्य जगायचं आहे तुला आणि मलाही...कुणापुढेही तुझी मान वाकलेली मला पाहायची नाही आहे आई, लक्षात येतंय ना तुझ्या?...'' कोमल हृदयाची शाल्मली आता दृढनिश्चयी मानिनी झाली होती.

◆

दारावरची बेल वाजली तशी चिनू धावत तिकडे गेली. वाढदिवसाला बोलावलेल्या तिच्या साऱ्या मैत्रिणी आल्या होत्या. आता कोण बरं आलं असेल असा विचार करत तिने दार उघडलं.

"ताईमावशीऽऽ" अर्चनाला दारात पाहताच ती ओरडली आणि तिच्या गळ्यात पडली. चिनू अर्चनाला भेटली की पहिल्यांदा हा गळाभेटीचा कार्यक्रम ठरलेलाच असे. साहजिकच होतं ते... चिनू अगदी चार महिन्यांची असल्यापासून दिवसभर मावशीकडेच असायची. संध्याकाळी ऑफिस सुटल्यावर तिची आई तिला घरी घेऊन जायची. त्यामुळे चिनूचं ताईमावशीबरोबर अगदी गूळपीठ जमायचं.

"हॅपी बर्थडे चिनू बेटा!" असं म्हणत अर्चनानं तिच्या आवडीच्या बंगाली मिठाईचा बॉक्स दिला तेव्हा तर चिनू आनंदानं नाचत सुटली. एवढ्यात नॅपकीनला हात पुसत शलाका किचनमधून बाहेर आली. "ताई, आलीस का? बरं झालं बाई..." सुस्कारा सोडत म्हणाली. "आले बघ, बोल काय मदत करू?" अर्चनानं विचारलं.

"खरंच मदत हवी आहे, खूप कामं आहेत. चल ना आतच जाऊ... " असं म्हणत दोघी स्वयंपाकघराकडे वळल्या. आत गेल्यागेल्या पदर बांधून अर्चना कामाला भिडली. शलाकानं कचोऱ्या तयार करून तव्यावर भाजून ठेवल्या होत्या. त्या तिनं तळून काढल्या. हॉलमध्ये खाण्याची व्यवस्था, सजावट करायला शलाकाला मदत केली.

"बघ ना ताई, अजून केक आला नाही. नेहमी महेश करतो गं ही कामं... आज माझी एकटीचीच तारांबळ झाली. तरी तूही येऊन किती मदत केलीस... पण अगं..." शलाका खरंच

भांबावली होती. तिला थांबवत अर्चना म्हणाली, "अगं, बेकरीचा नंबर असेल ना तुझ्याकडे मग फोन कर ना पट्कन..."

"हो, खरंच की! सुचलंच नाही बघ मला," शलाका म्हणाली. अर्चना चिनूच्या खोलीत डोकावली. चिनू आणि तिच्या मैत्रिणी मनसोक्त दंगा करत होत्या. ते पाहून ती शलाकाला म्हणाली, "झाला ना फोन, येईल आता केक... तू शांत हो आता... आवरून घे तुझं... मुलीही खेळात रमल्या आहेत. आणखी काही तयारी करायची आहे का तोवर, सांग मला... "

"ताई, शोकेसमधल्या प्लेट्स, चमचे अन् ग्लास पुसून ठेवायचे आहेत आणि मी गाजर हलवा केलाय; तो त्या बाऊल्समध्ये भरायचा आहे!"

"ओके. मी करते. तू जा, पट्कन तयार हो... " अर्चना म्हणाली.

सारी तयारी होईपर्यंत केक आला. चिनूच्या मैत्रिणींचा जल्लोष अगदी भरात आला होता. केक कापायचा, तोच अर्चनानं सर्वांना थांबवलं. तिनं साऱ्यांसाठी बर्थडे कॅप्स आणल्या होत्या. त्यावरची रंगीत कार्टून्स मुलींना खूप आवडली. "थँक्यू ताईमावशी" चिनू चीत्कारली. तिच्या साऱ्या मैत्रिणींनीही कोरसमध्ये "थँक्यू ताईमावशी" म्हटलं. बर्थडे पार्टीचा मस्त मूड जमला होता. केक कापल्यावर चिनूला गिफ्ट्स देऊन झाल्या. शलाकानं केलेला कचोरी आणि चिंचेची आंबटगोड चटणीचा चटपटीत मेनू चिनूच्या मैत्रिणींना खूप आवडला. जोडीला गाजर हलवा आणि केक खाऊन साऱ्या तृप्त झाल्या. वाढदिवसाची लगबग बऱ्यापैकी संपल्यामुळे शलाका आणि अर्चना जरा विसावतात तोच चिनूचे काका-काकू आले. त्यांचं खाणं-पिणं होईपर्यंत चिनूच्या मैत्रिणी गेल्या,दीर-जाऊ इकडचंतिकडचं बोलत होते. मध्येच शलाकानं विचारलं, "दहीभात कालवू का? खाऊनच जा... "

"नको, नको. आठ वाजून गेले. घरी पोचायला तास लागेल अजून. आम्ही निघतोच आता..." म्हणत चिनूला बाय करून दोघे निघून गेले. शलाकानं हॉलच्या दाराला कडी लावली. सुसकारा टाकत म्हणाली, "पाहिलंस ताई, हात हलवत रिकामे आले, गप्पा मारल्या, खाणंपिणं केलं. गेले निघून... महेशला सांगितलं ना तर म्हणेल नेहमीप्रमाणे, घरच्या माणसांनी कशाला गिफ्टच्या फॉर्मॅलिटीज पाळायच्या?

पण ताई तुला सांगते आम्ही मात्र साऱ्यांना द्यायच्या हं गिफ्ट्स! बरं ते जाऊ दे... चिनूचं कौतुक करणं नाही, पदार्थ छान झालेत म्हणायची पद्धत नाही, काही नाही... महेशला म्हणत होते मी या वेळी फक्त चिनूच्या मैत्रिणींना बोलावते. पण नाही, काल मीटिंगसाठी हैदराबादला जाण्यापूर्वी यांना फोनवरून आमंत्रण दिलं त्यानं. महेशची तरी चौकशी केली का सांग?'' शलाका संतापली होती.

''असू दे शलाका, दमली आहेस तू खूप... शांत हो बघू आधी...'' अर्चना म्हणाली. आईचा बदललेला मूड पाहून चिनू गप्पगप्पशी झाली होती. तिच्याकडे वळून अर्चना म्हणाली, ''अय्या किती सुंदर ड्रेस आहे गं. कुठे घेतला ? अगदी सिंड्रेला दिसते आहे माझी चिनूराणी... शलाका, हिची दृष्ट काढू या बरं का गं... आणि अरे, ताईमावशीचं गिफ्ट राहिलंच की...जरा माझी बॅग आण बरं...''

ताईमावशीनं आणलेलं गिफ्ट म्हणजे गुलाबी रंगाचा मोठा टेडीबेअर. त्याला घेऊन चिनू घरभर नाचली. वातावरण निवळलेलं बघून अर्चनानं खाण्याच्या डिशेस आणल्या. खाणं झाल्यावर बर्थडे पार्टीचा पसारा आवरून झाला. चिनूच्या खोलीत डोकावताना भेटवस्तूंच्या पसाऱ्यात हरवलेली चिनू बघून अर्चना हसत तिला म्हणाली, ''चिनू राणी, मजा आहे तुझी. किती छान गिफ्ट्स! खूश ना?''

''बघू गं. कुणी कुणी काय काय दिलंय?'' शलाकानं एकेक भेटवस्तू पाहायला घेतली. कुणी पाउच दिला होता तर कुणी की-चेन... 'हा सेट कुणी दिलाय गं? पायलने ना? बरा आहे...'' ती म्हणाली.

''आई, श्वेतानं किनई हा हेअरबँड दिलाय फुलपाखराचा आणि हे बघ ना, स्केचपेन्स मयुरीने दिले आहेत...'' चिनूचा चेहरा खुलला होता. ''अगं, तुझी फास्टफ्रेंड मुग्धा...तिनं काय दिलं आहे?''

''अगं आई तिची मम्मी ना, किटीपार्टीला गेली होती, मग तिनं कॅडबरीच दिली फक्त...''

''पाहिलंस ताई, हे असं असतं लोकांचं... दोन दिवसांपूर्वीपासून सगळ्यांना निरोप दिला होता... एखादं गिफ्ट आणून ठेवता येत नाही का सांग मला! आपण करतो का गं असं कधी? मी तर घरात पैसे ठेवलेले असतात चिनूला सांगून...कधी अचानक असं बर्थडेला जायची वेळ आली तर असा मोकळ्या हातानं जायचा प्रसंग नको यायला...

पण इतरांना असं काही वाटतंच नाही की काय कोण जाणे...!अगं या मुग्धाच्या घरी तर दोन-दोन कार्स आहेत, ड्रायव्हरसकट...इतक्या बड्या घरातली मुलगी... शोभतं का हे असं वागणं? गेल्या महिन्यात तिच्या वाढदिवसाला केवढं महागडं गिफ्ट द्यायला लावलं होतं चिनूनं मला आणि हिनं मात्र कॅडबरीवर भागवलं एवढ्याशा...'' शलाका अनावरपणे बोलतच होती. आपल्या लाडक्या मैत्रिणीबद्दलचं हे बोलणं ऐकून चिनूच्या चेहऱ्यावर नाराजी उमटली.

''मला सांग ताई, यातलं एक तरी गिफ्ट पंधरा-वीस रुपयांपेक्षा जास्त आहे का? पण आमच्या बाईसाहेबांना या मैत्रिणींना देण्यासाठी पन्नास रुपयांच्या आत काही पसंतच पडत नाही.'' शलाकाचा सुरुवातीचा तक्रारीचा सूर हळूहळू वाढत जाऊन रागात बदलू लागला. चिनूही कावरीबावरी होऊ लागल्याचं अर्चनाच्या लक्षात आलं. पण शलाकाची फास्ट एक्सप्रेस थांबवायची कशी, हेच तिला कळेना.

''अगं, बर्थडे पार्टी तरी कशी करतात हे लोक माहिती आहे? वेफर्स किंवा फरसाण आणि केक...क्वचितच कुणाकडे एखादा बटाटावडा किंवा मिनी सामोसा... पण अगदी एकच हं.... आणि आमच्याकडे पाहा... महेश म्हणतो, 'विकतचं कशाला? घरीच करू पोटभर डिश! त्यातून बाईसाहेबांची फर्माईश असते, हे कर ते कर बर्थडेला... मी म्हणते अगं तुला आवडतं ते तुझ्यापुरतं करून घालते ना खायला, तर नाही...माझ्या सगळ्या मैत्रिणींना हवं म्हणते. अगं, इतकी भोळसट आहे ना....की तिच्या आवडीची बंगाली मिठाई आणलीस ना तू, तीसुद्धा सगळ्यांना वाटायला निघाली होती, त्यांनी पोटभर खाऊन झाल्यावरसुद्धा! अगं, हिची फर्माईश पुरी करण्यासाठी मी कालपासून राबते आहे... काल ऑफिस सुटल्यावर सगळं सामान आणलं मार्केटमधून...आजची रजा काढली. सकाळपासून इतकी नाचानाच झालीय, की पायाचे तुकडे पडायची वेळ आली आहे...एकटीनंच सारी तयारी करायची म्हणजे, पण इथे कुणाला त्याचं काय आहे? तो महेश... इथे सगळा मेन्यू ठरवला... लोकांना बोलावलं... आणि आपण निघून गेला मीटिंगला. फोन तरी केलान् का बघ...'' शलाकाची चिडचिड सुरूच होती.

''आई, मघाशी आला होता डॅडचा फोन, तुझ्या मोबाइलवर.''

रडवेल्या स्वरात चिनूने सांगितलं.

"अगं मला का नाही सांगितलंस? कशी आगाऊ होत चालली आहे, पाहिलंस?'' शलाकाचा पारा आणखी चढला.

"तू खूप कामात होतीस. डॅडी म्हणाला, 'राहू दे तिला नको डिस्टर्ब करू. मी सकाळी बोलेन तिच्याशी.'' लालबुंद झालेली चिनू रडतरडत सांगू लागली.

आता मात्र अर्चनाला शांत राहणं कठीण झालं.

"शलाका.... पुरे आता... अगं तू कालपासून कामाला लागलीस म्हणून तर इतकी छान पार्टी झाली... दमली आहेस तू खूप. आता शांतपणे बस जरा बाल्कनीत वाऱ्याला... मी चिनूराणीची दृष्ट काढते. कपडे बदलायला तिला मदत करते; मग बोलू आपण... चिनू तू थोडासा दहिभात खाणार ना? की कपभर दूध देऊ?'' अर्चनानं चिनूचा ताबा घेतला. हळूहळू तिला समजावत शांत केलं आणि तिला झोप लागल्याची खात्री करून शलाकाकडे आली.

"शलाका शांत वाटतंय का जरा? अगं किती चिडतेस? तुलाही त्रास होतो की नाही त्याचा?'' अर्चना म्हणाली.

"पण ताई, खोटं आहे का माझं?'' शलाका म्हणाली.

"शलाका, खरं आहे गं तुझं सगळं. पण ते व्यक्त करण्याची वेळ मात्र चुकलीस तू आणि पद्धतही चुकलीच तुझी,'' समजावत अर्चना म्हणाली.

"म्हणजे?'' उसळून शलाका म्हणाली.

"असं बघ, कालपासून तू या पार्टीसाठी झटत होतीस, खरं ना? महेशही नसल्यामुळे सगळी जबाबदारी आणि कष्ट तुझ्या एकटीवर पडले. तरीही जिद्दीनं तू सारं केलंस... कशासाठी? आपल्या लेकीच्या वाढदिवसाचं सेलिब्रेशन जोरात व्हावं म्हणून...चिनूसाठी, तिच्या आनंदासाठी...हो ना?'' अर्चनाचं म्हणणं शलाकाला पटत होतं.

"अगं, जरा शांतपणे विचार कर. संध्याकाळपासून चिनू त्या आनंदात होती. पण आता कुठे राहिला तो आनंद? कालपासून हा आनंद तिला देण्यासाठी तू इतके कष्ट घेतलेस... आणि अखेर तिच्या मैत्रिणींच्या गिफ्ट्सच्या किमती, त्यांच्या बर्थडे पार्टीतला उणेपणा दाखवून, तिच्यावर चिडचिड करून तो हिरावूनही घेतलास. तुझ्या

कष्टांची जाणीव होऊन ती व्यक्त करण्याएवढी चिनू मोठी नाही झाली अजून आणि या कोवळ्या वयात मुलांसाठी मैत्रीची भावना महत्त्वाची असते. मैत्रिणीने प्रेमानं आणलेली भेटवस्तू त्यांच्यासाठी लाखमोलाची असते. तिच्या किमतीच्या लेबलकडे त्यांचं लक्ष जात नाही. तो व्यवहार आपण दुष्ट मोठी माणसं त्यांना शिकवत असतो. तुला सांगू, खोलीत झोपताना मला तिनं तिच्या त्या मैत्रिणीनं कॅडबरीसोबत स्वतः बनवून दिलेलं ग्रीटिंग दाखवलं. तिच्या दृष्टीनं ती सर्वांत मौल्यवान भेटवस्तू होती. तिची ही भावना आपण नको का लक्षात घ्यायला?'' अर्चनानं विचारलं.

''अगं पण ताई, मला काळजी वाटते गं. ही अशीच भोळी राहिली तर या व्यवहारी जगात हिचं कसं होणार? तिला व्यवहार नको का शिकवायला?''

''अगं, व्यवहार जरूर शिकवायचा... पण तो अशा वेळी नाही. प्रसंगानुरूप तिच्या कलानं समजावून सांगितलं की तिलाही कळेल व्यवहार...पण त्याला अजून अवकाश आहे. आत्ता तरी तिला तिच्या निरागस जगातला आनंद लुटू दे. तू चिडून ताडताड बोलत होतीस त्या वेळचं तिचं गांगरलेपण तुला दिसलं नाही...तू बोललीस खूप, पण सगळं तिला का बोललीस... तिचं एवढं काय चुकलं हेच तिला कळत नव्हतं गं...रडून लालबुंद झाली होती गं... मग मात्र मी तुम्हा मायलेकींच्यामध्ये पडले. तुला राग तर आला नाही ना माझा?'' अर्चना म्हणाली.

''काय बोलतेस ताई? चिनू माझ्याइतकीच तुझीही आहे. तू होतीस म्हणून आवरलंस...नाहीतर मग...शीऽऽ काय केलं गं मी हे! चिनू फारच दुखावली असेल गं... पण खरं सांगू ताई, आजकाल माझी चिडचिड होते सारखी... म्हणूनच की काय, आजकाल चिनूचा कल महेशकडेच जास्त झुकू लागलाय... सगळ्या गमतीजमती, अगदी तक्रारीही ती त्यालाच सांगते. फार चुकतंय का गं माझं?'' शलाकाच्या डोळ्यांत पाणी तरळलं. ''ए वेडाबाई, अगं होतं असं कधीकधी... त्याचा इतका विचार करू नकोस... सोडून दे बघू सारं...इथून पुढे काळजी घे म्हणजे झालं...बऱ्याच दिवसांत तुझ्या केसांना तेल लावून मसाज केला नाहीये... आता देऊ का करून? डोकं शांत होऊन झोप

लागेल मस्त...'' अर्चना तेलाची बाटली घेऊन आली.

''प्लीज ताई आणि थँक्यू व्हेरी मच... माझी चूक मला समजावून दिलीस. सगळीकडेच व्यवहाराचा निकष लावून चालत नाही. मी लक्षात ठेवेन अगदी.'' थोड्या वेळानं शलाका चिनूला कुशीत घेऊन गाढ झोपली.

अर्चनाला मात्र वर्षापूर्वीची घटना आठवली. अनूच्या, तिच्या लेकीच्या लग्नानंतर आहेराचा पसारा आवरताना तिचा असाच संताप झाला होता. ती तावातावानं आईला सांगत होती, ''बघ ना आई, लोकांची दानत कशी असते ती! अगं माझ्या जावेला, नणंदेला इतक्या महागड्या साड्या दिल्या. अनूच्या सासुबाईंना तर एक पैठणी आणि एक गढवाल साडी दिली भारीपैकी... पण मला मात्र त्यांनी कसल्या स्वस्तातल्या साड्या दिल्या आहेत बघ ना...'' अर्चना तणतणत होती. त्यावर शांतपणे तिला समजावत आई म्हणाली होती, ''अगं किती हा संताप! शांत हो बघू... हे बघ, लेकीच्या लग्नात लाखांनी खर्च झाला, वर लाखमोलाची लेकही दिलीस तू त्यांना...त्याची भरपाई होणार आहे का एखाद-दुसऱ्या साडीनं... नाही ना? मग...? असल्या गोष्टींसाठी मन हलकं करू नकोस... कार्य छान झालं... साऱ्यांनी वाखाणलं ना? तो लाखमोलाचा आनंद जपून ठेव. देणाऱ्यांना देऊ देत कसल्याही साड्या; तू सारं छानच केलंस की नाही? ते समाधान मनात साठवून ठेव...'' अर्चना आईकडे पाहतच राहिली. फारसं न शिकलेल्या, मर्यादित परिघात वावरणाऱ्या आईनं हे ज्ञान कुठून मिळवलं असेल, हे तिला कळेचना. आई पुढे बोलतच होती. ''अगं, साडी म्हणजे का जन्माची जोड? तुला नसतील त्या नेसायच्या तर दुसऱ्या कुणाला तरी दे आणि तुझ्या आवडीच्या कितीतरी साड्या विकत घेण्याची ऐपत आहे तुझी, मग कशाला इतका त्रास करून घेतेस स्वतःला? मानापमानाच्या या किरकोळ कल्पनांमुळे जीवनातला केवढातरी आनंद हरवून टाकतो आपण... असल्या गोष्टी मागे टाकून समाधान तेवढं वेचून घेता यायला हवं...'' आईचं हे बोलणं अर्चनाला मनोमन पटलं होतं.

आज आत्ता हे सारं नकळत आठवलं आणि तिला जाणवलं की आईचे हे विचार नुसतेच पटले नव्हते, ते रुजलेही होते तिच्या मनात. शलाकाला समजावताना तिच्याही नकळत ते तिनं शलाकाच्या मनातही

पेरले. दुसऱ्याला आनंद देताना मिळणारं लाखमोलाचं समाधान जपून ठेवायला तिला आईनं शिकवलं होतं. त्या विचारांची रुजवाई शलाकाच्या मनात तिनं केली होती आणि त्या रुजवाईचा वृक्ष होऊन आनंदाची फळं शलाकासोबत लाडक्या चिनूलाही चाखायला मिळतील, या सुखस्वप्नात अर्चना रमून गेली.

◆

कायापालट

गावात शिरताच कुर्तकोटींचा वाडा नजरेत भरत असे. भक्कम दगडी बांधकाम, दुमजली वाड्यावर बंगलोरी कौले आणि नक्षीदार सजावट हे वाड्याचे बाह्यरूप होते. जसे बाह्यरूप देखणे, तसेच अंतरंगसुद्धा होते. वाड्याच्या दिंडी दरवाजापासून आत सर्वत्र फरसबंदी अंगण, समोर सोपा, पडवीसहित प्रशस्त दुमजली घर... वाड्याचे मालक कुर्तकोटी कुटुंबीय तिथेच राहत असत. दिंडी दरवाजा आणि मालकांचे घर याच्यामध्ये दोन्ही बाजूंना दोन-दोन खोल्यांची चार बिऱ्हाडं... या सगळ्याने सीमित झालेल्या मधल्या चौकोनी अंगणात एका बाजूला धुण्या-भांड्याची जागा, हौद आणि कण्हेरी-कोरांटीसारखी हौसेने लावलेली फुलझाडे. खरेतर या सगळ्यात जास्तीत जास्त वावर बिऱ्हाडकरूंचाच असायचा. कारण कुर्तकोटींच्या कुटुंबासाठी घरामागे प्रशस्त मोकळी जागा, विहीर, धुण्याचा कट्टा अशी सगळी स्वतंत्र व्यवस्था होती.

वाड्यातल्या बिऱ्हाडकरूंचे परस्परातले वर्तनही अगदी आपुलकीचे होते. शेवडेकाकूंची अळुवडी वर्तकांकडे जाई, तर उपवासाचे पदार्थ वर्तकांकडून शेवड्यांच्या घरी आवर्जून जात. या सगळ्यांचा भक्कम आधार म्हणजे मुकुंदाची आई. कुणालाही कसलीही मदत करायला त्या नेहमीच तत्पर असत. नव्यानेच संसार थाटलेल्या अनिताला स्वयंपाकघरात काहीही अडचण आली की मुकुंदाच्या आईकडे धाव घेई. पदार्थांचे प्रमाण, रीत सारं काही नीट लिहून घेऊनच अनिता पाककृतीचा नवा प्रयोग करायची.

गावातच सासर असलेल्या माधुरीला- वर्तकांच्या मुलीला नोकरी लागली. त्या वेळी छोट्या वल्लभला आजीकडे ती सोडून यायची. पण वल्लभला वर्तकांच्या

घरापेक्षा मुकुंदाच्या आईकडेच खेळायला आवडत असे. कित्येकदा दुपारी खेळता खेळता तो या आजीकडेच झोपी जायचा. वर्तककाकू वल्लभला हाक मारायला येत, तेव्हा मुकुंदाच्या आई म्हणत, "राहू दे हो. झोपलाय छान. उठला म्हणजे पाठवीन हं"

तशी सारीच लहान मुले मुकुंदाच्या आईकडे रमून जात. कारण मुकुंदाच्या आईकडे काहीतरी छान खाऊ असे. आपल्या मोठमोठ्या डोळ्यांची मजेदार उघडझाप करत त्या गोष्टी सांगू लागल्या की मुलेच नाही, तर त्यांच्या आयादेखील रंगून जात. मुलांना मनसोक्त दंगा करायला मिळे आणि मुकुंदाच्या आईही त्यांच्या वयाच्या बनून त्यांच्यात मिसळून जात. खरेतर मुकुंदाच्या आईंना कधी कुणी दुसऱ्या नावानं हाक मारलीच नाही. काकू, वहिनी, मामी असं कुठलं नाव त्यांना पडलंच नाही. 'मुकुंदाची आई' हेच जणू त्यांचे पाळण्यातले नाव असावे, इतके ते त्यांना चिकटले होते.

त्या वाड्यावर राहायला आल्या तेव्हा मुकुंदा अगदी लहान होता. बोबडे बोल नुकते बोलू लागला होता. त्याची मोठी भावंडे...मोहन आणि मंजू शाळेत जाणारी... पण सगळ्या गल्लीभर मुकुंदाचा स्वैरसंचार चालत असे. त्याच्याशी खेळायला कुर्तकोटींच्या वाड्यावर येणारी मुले, अंगणातली वर्दळ वाढू लागली आणि त्याच्या या लोकप्रियतेमुळे मुकुंदाची आई सर्वांना माहिती झाली. आपल्या स्वभावामुळे त्यांनीही शेजारणींना आपलेसे केले. त्यांचे पाककौशल्य, कामाचा उरक, मदत करण्याची वृत्ती या सगळ्यामुळे मैत्रिणी जोडल्या गेल्या.

सारं सुरळीत सुरू असताना अचानकच मुकुंदाच्या बाबांचे निधन झाले. या धक्क्याने भांबावलेल्या मुकुंदाच्या आईला कुणीतरी माहेरी जाऊन राहण्याचा पर्याय सुचवला. पण त्यांच्या मानी स्वभावाला ते पटेना. तेव्हा त्यांच्या या मैत्रिणीच त्यांचा आधार बनल्या. कुठलीही अपेक्षा न धरता आजवर मुकुंदाची आई सर्वांना मदत करत होती. आता मात्र या मैत्रिणी आग्रहाने त्यांना पैसे घ्यायला लावत. मंगळागौरी, दिवाळसणासाठी लाडू, चकल्या, करंज्यांची ऑर्डर मिळवून देत. संक्रांतीसाठी हलव्याचे दागिने, कुणाचे बाळंतविडे, कुणाचे स्वेटर्स, मफलर्स, पिशव्या... मुकुंदाच्या आई कधीच रिकाम्या नसत.

हळूहळू मुले मोठी झाली. मोहनला मुंबईत नोकरी मिळाली. मंजूचे

लग्न ठरले आणि उत्तमरीत्या पार पडले, तेही मुकुंदाच्या आईंच्या या लोकसंग्रही वृत्तीमुळेच. सैन्यात अधिकारी असणारा जावई मिळाल्याच्या आनंदात, लेक दूर जाणार हे शल्य त्यांनी उरात दडवले. तिचा संसार सुखाचा चालू आहे. तिची खुशाली कळते आहे, यावर त्या समाधान मानत. लग्न होऊन मंजू सासरी गेल्यावर घरात मुकुंदा आणि आई दोघेच उरली. मुकुंदाभोवतीच त्यांचे विश्व फिरू लागले.

मोहन, मंजूच्या हौसमौजेच्या वयात त्यांचे फारसे लाड करता आले नाहीत. आता परिस्थिती स्थिर झाल्यामुळे मुकुंदाचे लाड करणे शक्य आहे. आधीच शेंडेफळ म्हणून मुकुंदा लाडका, त्यात आता सारे लक्ष त्याच्यावरच केंद्रित झाल्यामुळे तो म्हणेल ती पूर्वदिशा! मुकुंदाच्या आईंना तरी आता दुसरे कोण जवळचे होते? दिवसभर त्या मुकुंदाच्या तैनातीत राहत. आल्यागेल्याजवळ त्याचे कौतुक करत. नाहीतरी बालपणी मुकुंदाच आईच्या मागेमागे असायचा. मोहनचा स्वभाव पहिल्यापासूनच अबोल होता. पुढे त्याला मुंबईला नोकरी लागली, लग्न झाले, त्यानंतर तो आणखी अलिप्ततेने आईशी वागू लागला. मुकुंदाच्या आईची भिस्त सारी मुकुंदावरच होती.

कॉलेजात जाऊ लागल्यावर मुकुंदाला वारंवार आरशासमोर उभे राहून भांग पाडताना पाहताना त्या कौतुकाने न्याहाळत. त्याचे गोड बोलून सिनेमासाठी, हॉटेलिंगसाठी पैसे मागणे मुकुंदाच्या आईला लडिवाळपणाचे वाटे. त्याची मागणी पुरी करताना आनंद होई. खरेतर शिक्षणात त्याचे लक्ष बेताचेच होते. पण सामान्य मार्कांनी पदवीधर झाला तरी त्यांनी वाड्यात पेढे वाटले. गावातल्याच एका फॅक्टरीत त्याला नोकरी मिळाली आणि मुकुंदाची आई सुनेची स्वप्ने पाहू लागली. ओळखीत सर्वांना तसे सांगून झाले. दिवस भराभर जात होते. पुढे शेजारचा छोटा वल्लभ त्यांच्याकडे येऊ लागला, तेव्हा तर त्याचे गोजिरवाणे बालरूप पाहून त्यांना छोट्या मुकुंदाची आठवण होई. आणखी काही वर्षांत मुकुंदाची गोंडस मुले आपल्या अंगणत अशीच बागडतील, हे स्वप्न दिवसासुद्धा त्यांना दिसू लागले.

वर्षे जात होती. पण मुकुंदाचे लग्न काही ठरेना. फारशी स्थळे सांगून येत नाहीत म्हटल्यावर त्या स्वतःसुद्धा स्थळे शोधायला जाऊ लागल्या. पण मुकुंदाचे बाशिंगबळच जड होते. त्याची खासगी नोकरी,

वारंवार नोकरी बदलणे यामुळे मुली होकार देत नव्हत्या. हळूहळू मुकुंदा पस्तिशी उलटून चाळिशीकडे झुकू लागला. मुकुंदाच्या आईही थकत चालल्या. सुनेचे, नातवंडांचे हौसेने करण्याची उमेद मावळत चालली. सून आल्यावर तिच्या हाती सारे सोपवून निवृत्त होण्याची ऊर्मी मनात दाटू लागली.

अशातच एके दिवशी एक स्थळ आले. मुलगी अनुरूप वाटत होती. गावात नव्यानेच झालेल्या प्ले-स्कूलमध्ये शिक्षिका होती. हे स्थळ हातचे जाऊ द्यायचे नाही म्हणून त्या स्वतः तिच्या मोठ्या बहिणीला भेटून आल्या. मुलीच्या मूळ गावी लातूरला जाऊन आई-वडिलांना भेटून आल्या आणि लग्नाचे पक्के केले.

मुकुंदाचे लग्न ठरल्यावर आईची धावपळ सुरू झाली. हे श्रमही आनंदाच्या भरात त्यांना जाणवत नव्हते. सुनेला रीतीने द्यायच्या साड्यांबरोबरच त्यांनी आपल्या बांगड्या मोडून तिला नेकलेस केला. सर्वांना आमंत्रणे केली. थाटात लग्न झाले.

लग्न होऊन सूनबाई घरी आल्या आणि त्यांना एकदम सुटल्यासारखे झाले. जबाबदारीतून मुक्त झाल्यासारखे वाटले. आता मुकुंदाबरोबरच सुनेचेही लाड सुरू झाले. नव्या नवलाईचे पदार्थ दोघांना करून वाढताना थकवा कुठल्या कुठे पळाला. या कोडकौतुकात सहा महिने कसे गेले कळलेच नाही; मग मात्र हळूहळू कुरबुर सुरू झाली.

खरंतर कुरबुर महिन्याभरातच सुरू झाली होती. कारण वल्लभ आणि बच्चेकंपनीचा घरातला वावर सूनबाईला आवडत नव्हता. घराची धर्मशाळा करण्याचा सासूचा हा फुकटचा उद्योग तिला मानवत नव्हता. तिचे म्हणणे होते, ''माधुरीकडून पाळणाघर म्हणून पैसे मिळतात का; मग कशाला ही उठाठेव?'' मुकुंदाची आई म्हणायची, ''अगं, माधुरी माझ्यासमोर लहानाची मोठी झाली. तिच्याकडून वल्लभला सांभाळायचे पैसे घ्यायला ती कुणी परकी का आहे? शिवाय माझं मन रमतं म्हणून मी हे सारं करते ना...''

मुकुंदाच्या आईने शांतपणे विचार केला आणि त्यांना वाटले, आता या घरावर सुनेचाही हक्क आहे. छोट्या जागेमुळे तिला अवघडल्यासारखे वाटत असेल. त्यांनी हळूहळू या मुलांचे येणे कमी केले. संध्याकाळी मुकुंदा घरी आला की त्याला भूक लागलेली असे. त्याच्यासाठी

गरमगरम खायला काहीतरी बनवून वाट पाहायची आईला वर्षानुवर्षांची सवय झाली होती. पण आजकाल मात्र त्यांच्या लक्षात येऊ लागले होते की, त्या वेळी सासुबाईंनी लुडबुड केलेली सुनेला आवडत नव्हती. यावर उपाय म्हणून त्या संध्याकाळी बाहेर पडू लागल्या. आपल्याबरोबर वल्लभ आणि त्याच्या मित्रांनाही नेऊ लागल्या. रामाच्या देवळात दर्शन झाल्यावर तिथल्या बागेत मुलांना गोष्टी सांगत, खेळ शिकवत. त्यांच्यासोबत आपले मन रमवू लागल्या. पहिल्या श्रावणात त्या घरची रीत म्हणून सुनेला काही सांगू लागल्या तेव्हाही 'जमणार नाही' म्हणून तिने त्यांचा अपमान केला होता. पण या अशा बारीकसारीक गोष्टी मनावर न घेता त्याकडे दुर्लक्ष करणेच चांगले... हे समजून घेऊन तसेच वागत होत्या. पण त्यांच्या या समजूतदारपणाचा हळूहळू गैरफायदा घेतला जाऊ लागला. स्वयंपाकघराचा पूर्ण ताबा सूनबाईंकडे गेला आणि स्वच्छतेच्या व शिस्तीच्या तिच्या तंत्रात स्वतःला बसवताना मुकुंदाच्या आई घुसमटू लागल्या. तरीपण हे सारे सांगून मुकुंदाच्या समस्या त्यांना वाढवायच्या नव्हत्या. उशिराने का होईना, त्याला मिळणारा वैवाहिक जीवनाचा आनंद त्यांना नासवायचा नव्हता. त्या आनंदात त्याचे आपल्याकडे दुर्लक्ष होत आहे, आई मुलातला संवाद हरवत चालला आहे, हे त्यांना कळत होते. पण आयुष्यातल्या प्रत्येक वळणावर 'तडजोड' हीच त्यांची सखी बनली होती. आताही तिचा हात हातात धरूनच त्या वाटचाल करत होत्या.

एके दिवशी संध्याकाळी आई देवळातून घरी आल्यावर मुकुंदाने जाहीर केले, "आई, उद्या सकाळी ही चार दिवसांसाठी लातूरला जाणार आहे." आपली परवानगी गृहीत धरूनच सर्व चालले आहे. किंबहुना, त्रयस्थपणाने आपल्याला सांगितले गेले याचे दुःख झाले, तरीही त्यांनी मनाची समजूत घातली. शांतपणे विचार केला की चार दिवस मुकुंदाला त्याच्या आवडीचे पदार्थ करून घालता येतील. त्याच्याशी मनमोकळे बोलता येईल.

दुसऱ्या दिवशी सकाळी नाश्त्याला आणि दुपारच्या जेवणाला डब्यात मुकुंदाच्या आवडीचे पदार्थ देताना आईला वेगळेच समाधान मिळाले. रात्रीच्या जेवणासाठी आवर्जून गरमगरम भजी तळली. पूर्वी मुकुंदा त्या खमंग वासानेच आईचे कौतुक करायला लागायचा. आज

मात्र तो मुकाट्याने जेवत होता. न राहवून शेवटी त्यांनी भजी कशी झाली हे विचारता, "आई आता असलं तेलकट खाणं तू कमी कर." असे तुटक उत्तर दिले.

"अरे, तुला आवडतात म्हणून तर मुद्दाम..." पुढचं वाक्य मुकुंदाच्या चेहऱ्याकडे पाहून त्यांनी आवंढ्याबरोबर गिळून टाकले. तेवढ्यात मुकुंदाने विषय बदलत सांगितलं, "हे बघ, मी उद्या आणि परवा फॅक्टरीच्या कामासाठी मुंबईला जातो आहे. शुक्रवारी संध्याकाळी परतेन..." मुकुंदाच्या आई सारं समजल्या. हे असं नियोजन करूनच सूनबाई माहेरी गेली, हे त्यांच्या ध्यानात आले. मुलगाच जिथे परका झाला तिथे सुनेला काय बोल लावणार!

ठरल्याप्रमाणे शुक्रवारी रात्री मुकुंदा परतला आणि आईची चौकशीही न करता दमल्याची सबब करून झोपी गेला. सकाळी सूनबाईही आली. पूर्वी गावाला जाऊन आल्यावर मुकुंदा आईला सारे काही सांगत असे. आज मात्र मूकपणानेच चहापाणी आवरले. एक अदृश्य तणाव घरात जाणवत होता. अंगण झाडून सडारांगोळी करून त्या बाहेरच्या खोलीतल्या खुर्चीत टेकतात तोच स्वयंपाकघरात भांड्यांची आदळआपट सुरू झाली. बरोबर तोंडाचा पट्टाही सुरू झाला. "चार दिवस गावाला गेले, तर सगळी घराची शिस्त नाहीशी झाली आहे. स्वयंपाकाचा ओटा चिकट झालाय. डब्यांची जागा हलवलेली...काहीही जागेवर मिळत नाहीये."

मनावरचा ताण असह्य झाल्याने मुकुंदाच्या आई उठल्या आणि सुनेला म्हणाल्या, "अगं, गेली कित्येक वर्षं मी हा संसार सांभाळला आहे. शिस्त काय फक्त तुलाच कळते? अगं, कोणकोणत्या परिस्थितीत मी मुलांना वाढवलंय, तुला काय कळणार?" हळूहळू वाद वाढू लागला. मुकुंदाच्या आई आशेने मुलाकडे पाहत होत्या. आपल्या कष्टांची जाण त्याला आहे, तो काहीतरी बोलेल ही त्यांची अपेक्षा होती. पण मुकुंदा चढ्या स्वरात म्हणाला, "हे बघ आई, झालं गेलं उगाळू नकोस. तुला इथे राहायचं असेल तर जमवून घ्यावं लागेल. नाहीतर माझाही नाइलाज होईल."

मुकुंदाचं बोलणं ऐकून डोक्यात वीज पडावी तशी आईची अवस्था झाली. घर सोडून जाण्याचा सूचक सल्ला त्यांचा लाडका मुकुंद देत होता. रागाच्या तिरमिरीत त्या उठल्या आणि पायात चपला घालून

बाहेर पडल्या. सवयीने आपोआप त्यांचे पाय विश्वेश्वराच्या देवळापाशी थांबले. दर सोमवारी त्या न चुकता इथे येत. गावाबाहेर असल्याने फारशी वर्दळ नसायची. आज तर सोमवारही नसल्यामुळे देवळाच्या आवारात कुणीही नव्हतं. मुकुंदाच्या आईला बरं वाटलं. विश्वेश्वरासमोर डोकं टेकवतानाच त्या हमसाहमशी रडू लागल्या. 'आजवरच्या पुण्याईचे कष्टांचे हे कोणते फळ दिलेस?' असा प्रश्न देवाला विचारू लागल्या. भूतकाळातली गतचित्रं आठवत आपले चुकले तरी कुठे, याचा विचार करू लागल्या. अखेर थकून ग्लानीने त्यांचा डोळा लागला. बऱ्याच वेळाने जाग आली. बाहेरचे ऊन पाहताना वाटले, 'अडीच वाजले असतील. मुकुंदाने आतापर्यंत आपल्याला गावभर शोधले असेल. पोलिसांकडे गेला नसला म्हणजे मिळवली.' स्वतःशीच बडबडत मुकुंदाची आई लगबगीने उठल्या आणि घरी आल्या. आपली चूक मुकुंदाला कळली असेल... त्याला पश्चात्ताप झाला असेल...गेल्यावर आपली माफी मागेल... हेच विचार मनात घोळवत त्या घरी आल्या. येऊन पाहतात तो घराला भलं मोठं कुलूप... चौकटीच्या खिळ्यावर त्यांची बॅग टांगली होती. बाहेर जाताना नेसायच्या आपल्या चार साड्या व्यवस्थित घडी करून हँडबॅगेत ठेवायची त्यांना सवय होती. त्यावरच घरी नेसायच्या साडीचीही घडी ठेवलेली आणि सोबत एक चिठ्ठी... 'आम्ही हिच्या मैत्रिणीच्या लग्नासाठी चार दिवस मुंबईला जात आहोत.' एकाच ओळीत निरोप. या साऱ्या कृतीचा अर्थ काय? आपण घर सोडून जावे, हीच सूचना द्यायची असेल.

मुकुंदाची आई मट्कन खाली बसल्या. सगळा वाडा आपल्याभोवती फिरतो आहे असे त्यांना वाटू लागले... पोटात खड्डा पडला. आडव्यातिडव्या पसरलेल्या या जगात आपण घर सोडून आणखी कुठे जाऊ शकतो, हेच त्यांना लक्षात येईना. त्या सुन्न बसून राहिल्या. अपमान आणि अपेक्षाभंगाने हात-पाय थरथरू लागले. डोळे भरून वाहू लागले. इकडेतिकडे पाहिले तर सगळ्या वाड्यात त्या एकट्याच होत्या. वर्तक मंडळी कुलूप लावून कालच गावाला गेली होती. शेवडे पतिपत्नी सेवानिवृत्तीनंतर त्यांच्या गावी स्थायिक झाले होते. एक रिकामे बिऱ्हाड कुलूप लावलेले होते. कुर्तकोटींची पुढची पिढी घर बंद करून करिअरसाठी कुठे कुठे पांगली होती. वाडा असा हळूहळू रिकामा होत होता हे

आजवर कधी जाणवलेच नव्हते...आज मात्र त्यांना एकाकी पडल्यासारखे वाटत होते.

घशाला कोरड पडली होती. वर्तकवहिनी असत्या तरी बरे झाले असते... घोटभर पाणी मिळाले असते. त्यांच्याशी बोलता आले असते. पण नकोच! 'मान सांगावा जनात, अपमान ठेवावा मनात...' आजवर मुकुंदाचे कौतुकच त्यांनी ऐकलेले होते...कुठल्या तोंडाने त्यांना हे सारे सांगणार? नाहीत ते बरेच झाले. मुकुंदाच्या आई उलटसुलट विचारात गुंतत होत्या. पण आता इथे थांबायचे नाही, हा विचार मात्र पक्का होत होता... जावे तरी कुठे, ते मात्र कळत नव्हते. मोहनकडे जाण्यात अर्थ नव्हता...मंजूच्या घरचे वातावरण निराळेच होते...शिवाय हा आता काही दिवसांचा प्रश्न नव्हता. कायमचाच तो सोडवायचा होता. लेकीकडे जाऊन राहणे किती कठीण! तिलाही...मलाही...

मंजूच्या आठवणीबरोबर त्यांना लक्षात आले...मंजूने मागच्या वेळी त्यांना एक हजार रुपये पाकिटात घालून दिले होते. त्या नको म्हणत होत्या; पण, "आई, असू दे ठेव, कधीतरी लागतील." असे म्हणाली होती. ते पाकीट तसेच त्यांनी हँडबॅगच्या तळात जपून ठेवले होते. आज अशा वेळी त्यांना त्याचाच उपयोग होणार होता...त्यांचे डोळे भरून आले...आता इथे थांबता कामा नये. निर्धाराने डोळे पुसून बॅग उचलली आणि बस स्टँड गाठला.

'जायचे कुठे...' समोरच कोल्हापूर बस लागली होती. नकळत त्या गाडीत चढल्या. खिडकीजवळ बसून प्रवास करताना विचार आणि आठवणी त्यांची पाठ सोडत नव्हते. कोल्हापूर येताच कंडक्टरने त्यांना जागे केले. बॅग सावरत त्या खाली उतरल्या. इकडेतिकडे पाहू लागल्या. सगळे काही बदलले होते. पंचेचाळीस वर्षांपूर्वी त्या मुकुंदाच्या बाबांबरोबर लग्न करून संसार मांडण्यासाठी इथूनच गेल्या होत्या. आता सारे अनोळखीच वाटत होते...गावात तरी कुणी ओळखीचे राहिले असेल का...? कुणाकडे जायचे...? प्रश्नच होता.

कोल्हापूरला आलोच आहोत तर अंबाबाईचे दर्शन तरी घेऊ... तीच काही मार्ग दाखवेल...उसनी उमेद गोळा करून त्या रिक्षात बसल्या. रिक्षातून बाहेर पडताना, गजबजलेल्या त्या गावातून आपले माहेर कुठेतरी हरवले, असे वाटू लागले. मंदिरात आई अंबाबाईच्या पायापाशी

डोके ठेवताना त्यांचे दुःख पुन्हा डोळ्यांतून वाहू लागले... कसेतरी डोळे पुसले...पायरीवर येऊन टेकल्या. संध्याकाळ होऊ लागली होती. दिवसभर पोटात काही नव्हते...क्षणभर गरगरल्यासारखे होऊन त्या तिथेच कलंडल्या.

अपर्णा पायरीशी चप्पल घालतच होती. मघापासून ती त्यांची चलबिचल पाहत होती. चट्कन पायऱ्या चढून ती वर आली. आधार देऊन मुकुंदाच्या आईला सावरलं. उठवून बसवलं. आपल्याजवळचं पाणी देऊन विचारलं... ''मावशी काही होतं आहे का तुम्हाला?'' बोलणं अशक्य झाल्यानं मानेनंच नकार दिला. डोळे पुन्हा वाहू लागले. त्यांच्या पाठीवर थोपटत अपर्णा म्हणाली, ''घर कुठे आहे तुमचं? तुम्हाला नेऊन सोडू का?'' तिची आपुलकी जाणवून मुकुंदाच्या आईचा आतापर्यंत दाबलेला हुंदका निसटला. आपली कहाणी तिला थोडक्यात ऐकवताना, ती कुणी अनोळखी आहे हे जाणवलंच नाही.

अपर्णाने सारे ऐकून घेतले आणि म्हणाली, ''मावशी, आज आपली भेट झाली ही किती योगायोगाची गोष्ट आहे. माझ्या संस्थेत माझ्याबरोबर काम कराल?''

रिक्षातून संस्थेकडे घेऊन जाताना अपर्णाने त्यांना सारी माहिती दिली. महिलांच्या बचत गटासाठी काम करणाऱ्या अपर्णाला आपल्या संस्थेसाठी अशीच अनुभवी सहायक हवी होती. संस्थेतच राहण्या-जेवणाची सोय होणार होती. मनासारखे कामही करता येणार होते. आणखी काय हवे होते? मुकुंदाच्या आईला खरेच अंबाबाई पावली होती.

पुढच्या दीड-दोन वर्षांत आपले 'मुकुंदाची आई' हे नाव त्या विसरूनच गेल्या होत्या. 'मावशी' या नावानेच त्यांना सारे संस्थेत ओळखत होते. त्यांचा प्रामाणिकपणा, उत्साह, मिळूनमिसळून वागण्याचा स्वभाव या साऱ्यांमुळे संस्थेच्या प्रगतीला खूपच मदत झाली होती. त्या तर सर्वांच्या गळ्यातला ताईत बनल्या.

अपर्णाने त्यांची सारी हकिगत जाणून घेतली. जेव्हा त्यांच्या पतीने स्वातंत्र्यलढ्यात भाग घेतल्याचा उल्लेख त्यांनी केला, त्या वेळी अपर्णाने स्वातंत्र्यसैनिकांच्या पश्चात त्याच्या कुटुंबाला पेन्शन मिळू शकते, हे त्यांना सांगितले. योग्य ती कागदपत्रे गोळा केली. आपल्या

ओळखी वापरून पाठपुरावा केला. त्याचेच फळ म्हणून त्यांना शासनाकडून आजवरची एकत्रित रक्कम पस्तीस हजार रुपये मंजूर झाली होती.

संस्थेच्या विविध उपक्रमांसाठी शासनाने 'यशस्वी उद्योजकता पुरस्कार' जाहीर केला होता. नुकताच अपर्णाने तो मुंबईला जाऊन स्वीकारला होता. संस्थेच्या या यशस्वी वाटचालीत मावशींचा मोलाचा वाटा होता. त्यासाठीच संस्थेत मावशींच्या कार्याचा गौरव आणि पुरस्काराचा आनंद साजरा करण्यासाठी समारंभ होणार होता. त्याच वेळी जिल्हाधिकारी मावशींना त्यांच्या पतीची पेन्शन असणारा तो धनादेश देणार होते. हा योगायोग अर्थातच अपर्णाच्या खटपटीमुळेच जुळून आला होता. साराच कार्यक्रम अतिशय हृद्य व सुंदर झाला. अपर्णाने मावशींच्या कामाचे तोंडभरून कौतुक केले. 'त्यांच्या रात्रंदिवस संस्थेबरोबर राहण्याने हे यश मिळवणे शक्य झाले,' असे आपल्या भाषणात व्यक्त केले. त्यावर मावशींनी सांगितले, "त्या नाजूक क्षणी अपर्णानं हा मार्ग सुचवला नसता तर काय झालं असतं, याची कल्पनाही करता येत नाही."

झालेल्या शानदार कार्यक्रमाची बातमी वृत्तपत्रात झळकली. संस्थेत सगळीकडे हीच चर्चा सुरू होती. इतक्यात निरोप आला, "मावशींच्या भेटीसाठी कुणीतरी आलं आहे..." अपर्णाला वाटलं कुणी पत्रकारच असतील. ती मावशींबरोबर संस्थेच्या ऑफिसमध्ये आली. पाहतात तर मुकुंदा आपल्या पत्नीसह आला होता. आईला पाहून त्याने पश्चात्तापाचे नाटक केले. डोळ्यांत पाणी आणून म्हणाला, "आई, माझं चुकलं, चल घरी... "

त्याला वाटले, आई विरघळेल. पण आता ती मुकुंदाची आई नव्हतीच. अपर्णाची आणि साऱ्या संस्थेची मावशी होती. ठाम सुरात त्याला नकार देत त्यांनी मुकुंदाला विचारले "गेल्या दोन वर्षांत आईची चौकशीही करावीशी वाटली नाही. आजचा पेपर पाहून वाटली. होय ना? वडिलांच्या पेन्शनच्या रकमेसाठी आला असशील तर ती मी अनाथाश्रमाला दान दिली आहे किंवा माझं कर्तृत्व वाचलं असशील पेपरमध्ये. आता आई स्वावलंबी झाली आहे. आपल्याला ओझं होणार नाही म्हणून आला असशील चार दिवस न्यायला...तर माझी तीही इच्छा नाही. मी आता कुणावर अवलंबून नाही. मी स्वतंत्रपणे जगते

आहे आणि तसंच जगणार आहे.''

''आई, अगं मी मुलगा आहे तुझा,'' मुकुंदाने बोलण्याचा प्रयत्न केला.

''अरे वा, ही जाणीव आहे तर तुला? मुलाचं कर्तव्य निभावण्यासाठी आला असशील तर तुला सांगायला हवं. मी देहदान करणार आहे. त्यामुळे अग्नी देण्याचे तुझे कष्ट वाचतील. मरतेसमयी गंगाजल अपर्णाच पाजेल. कारण तिनंच तर मला नवीन जीवन दिलंय. तेव्हा पुन्हा इथे येण्याची तसदी तू घेऊ नयेस, हे बरं... ''

खजील होऊन मुकुंदा पायऱ्या उतरू लागला. अपर्णा मात्र मावशींचं हे करारी रूप पाहतच राहिली. परिस्थितीने माणूस बदलतो हे आजवर ती ऐकून होती. आज मात्र एका पुत्राचे सहस्र अपराध पोटात घालणाऱ्या वत्सलमातेने रणचंडीचे रूप धारण केले होते आणि अनिमिष नेत्रांनी अपर्णा हा 'कायापालट' प्रत्यक्ष पाहत होती.

◆

ऋणानुबंध

वृंदावन ज्वेलर्सच्या पायऱ्या उतरताना मानसीच्या लक्षात आलं की बाहेर संध्याकाळ झाली आहे. चट्कन घड्याळात पाहिलं तर... साडेसहा वाजून गेले होते. इतका वेळ- जवळजवळ दोन तास... आपण खरेदी करत होतो...? मानसीला प्रश्न पडला. खरोखरीच 'वृंदावन ज्वेलर्स' म्हणजे मायामहालच होता जणू!

अंतर्बाह्य संगमरवरानं नटलेलं, एअरकंडिशन्ड दागिन्यांचं दुकान. या काचेच्या दरवाजाच्या आत गेलं की बाहेरच्या विश्वाचा विसर पडायचा. या प्रशस्त दुमजली दुकानात चांदीच्या वस्तू पाहाव्यात की सोन्याचे दागिने पाहावेत, असं होऊन जाई. कितीतरी व्हरायटी, विक्रेत्यांची आदब आणि तत्परता आणि सर्वांवर कळस म्हणजे चतुरजीभाईंची मिठ्ठास वाणी. एकदा गिऱ्हाईक इथे आलं की दुसरीकडे जाणारच नाही. या विचारासरशी मानसीला हसायला आलं. खरंच की, आपल्या सासुबाईंचंही असंच झालं आहे! कुंदाताई आणि केतकीसाठी दागिने घडवायचे तर 'वृंदावन'कडेच, असा हट्टच त्यांनी धरला होता. कुंदाताई म्हणजे मानसीची नणंद. तिच्या नवऱ्याची मोठी बहीण आणि केतकी म्हणजे कुंदाताईची मुलगी- मानसीची भाची. 'पहिली बेटी धनाची पेटी' म्हणून कुंदाताई सासुबाईंची लाडकी आणि आता तिच्याही लाडक्या लेकीचं- केतकीचं लग्न ठरलं होतं. त्यामुळे सासुबाईंच्या उत्साहाला उधाण आलं होतं. केतकीच्या लग्नाच्या केळवणावेळी रीतीप्रमाणे सर्वांना त्यांच्या पसंतीचे कपडे आहेर म्हणून दिले होते. आता लग्नात सोन्याचा आहेर करायचा त्यांच्या मनात होतं. त्याप्रमाणे 'वृंदावन ज्वेलर्सकडे' कुंदाताईंसाठी राणीहार आणि केतकीच्या आवडीचे झुमके बनवायला दिले होते. दोन

महिन्यांपूर्वी लग्न ठरवताना जानेवारीतली तारीख ठरवायची असं ठरलं होतं; पण नवरदेवाला अचानकपणे सहा महिन्यांसाठी प्रमोशनवर परदेशी जायची संधी चालून आली आणि त्यापूर्वीचा मुहूर्त धरायचा, असं दोन्हीकडच्या मंडळींनी ठरवलं. त्याप्रमाणे दिवाळीनंतर पहिलाच मुहूर्त काढला आणि कुंदाताईंची धावपळ उडाली. त्यांनी लगोलग आईला बोलावून घेतलं. त्यामुळे लग्न होईपर्यंत मानसीच्या सासुबाई आता बंगळूरलाच कुंदाताईंकडे राहणार होत्या. त्यामुळे त्यांनी जाताना मानसीला चार-चारदा बजावून आजच्या तारखेला 'वृंदावन'कडून दागिने आणायला सांगितलं होतं. जोडीला जावईबापूंसाठी चांदीचं तांब्या-भांडं खरेदी करायला सांगितलं होतं. कुंदाताईंकडे हे एकच कार्य, त्यात कुठली उणीव राहू नये, असं त्यांना वाटत होतं. त्यामुळे सासुबाईंच्या सूचनेनुसार सारी खरेदी मानसीनं केली होती. त्याशिवाय स्वतःसाठी मोत्यांचे तोडे आणि केतकीसाठी मोत्याचा नाजूक सेट खरेदी केला होता. पाठवणीच्या वेळी तो तिला द्यायचा असा मानसीचा विचार होता. अशी सगळी मनसोक्त खरेदी झाल्यामुळे ती खूपच आनंदात होती. तिने इतक्या वर्षांत एवढी खरेदी प्रथमच एकटीनं केली होती. नेहमी प्रशांत म्हणजे मानसीचा नवराच खरेदीची सूत्रं हाती घ्यायचा. त्यामुळे पसंती सांगणं, एवढंच मानसीचं काम असायचं. आता मात्र तो कंपनीच्या कामासाठी दिल्लीला गेला होता. आता तो परस्पर लग्नालाच येणार होता. त्यामुळे मानसीवर खरेदीची जबाबदारी आली होती. ती व्यवस्थित पार पाडल्याच्या समाधानात मानसी दुकानाच्या पायऱ्या उतरली. ''बापरे, अंधारून आलं की...'' घड्याळाकडे पाहत मानसी म्हणाली, 'आता पट्कन बस मिळायला हवी. मुलं वाट पाहत असतील.' मुलांची किरकोळ खरेदी जाता जाता उरकून हँडबॅगेमध्ये टाकत तिने बसस्टॉप गाठला. हातातल्या दोन पिशव्या सावरताना तिची तारांबळ होत होती. सकाळपासून अवकाळी पावसाची शक्यता वाटत होती म्हणून छत्रीही बरोबर घेतली होती. शिवाय आता दोन्ही पिशव्यांमध्ये मौल्यवान वस्तू होत्या. बसस्टॉपवर खूप गर्दी झाली होती. आज भाऊबिजेचा दिवस. लोकांच्या खरेदीचा उत्साह ओसंडून वाहत होता. हौसेनं फिरायला बाहेर पडणाऱ्या लोकांनी रस्ते वाहत होते. मानसीला इतका वेळ याची जाणीव नव्हती, पण आता तीही या गर्दीत सामील झाली होती.

बरोबरच्या मौल्यवान वस्तू, हवा पावसाळी, अंधार पडू लागलेला. कित्येक महिन्यांनी एकटी बाहेर पडलेल्या मानसीच्या मनावर आता या सगळ्याचं दडपण येऊ लागलं होतं. तशातच एक लालभडक टी-शर्ट घातलेला गावठी तरुण सारखा तिच्याकडे पाहत होता. ती त्याच्याकडे दुर्लक्ष करत होती; पण भीतीमुळे किंवा त्याच्या काळ्याकुट्ट रंगावर उठून दिसणाऱ्या भडक कपड्यांनी असेल; पण तिचे सारखे त्याच्याकडे लक्ष जात होते. एकीकडे बसची वाट पाहत मानसीचं विचारचक्र सुरू होतं. मुलं काय करत असतील? खरंतर आज मनवा आणि मयूरलाही घेऊन यायचा विचार होता. पण सकाळपासून दंगा करणारा मयूर नेमका निघायच्या वेळी दमून झोपला होता. शेजारच्या मितालीबरोबर मनवाचाही पत्त्यांचा डाव रंगला होता. त्यामुळे तीही यायला तयार होईना. त्यामुळे मानसी मिताली-मनवाला झोपलेल्या मयूरवर लक्ष द्यायला सांगून जड मनानं घरातून निघाली होती. आता मात्र वाटत होतं, सात वर्षांची मनवा आणि शेजारची मिताली या दोघींवर आपण जेमतेम दोन वर्षांच्या मयूरला सोपवून इतका वेळ बाहेर आहोत, हे चुकलंच आपलं. झोपेतून उठल्यावर मयूरनं रडून घर डोक्यावर घेतलं असेल... लवकर घर गाठायला हवं आता...मानसीला घर दिसू लागलं...भुकेजलेली मनवा, मयूरचा रडण्याचा आवाज जाणवू लागला...तिची बेचैनी वाढू लागली. तशात लवकर न येणाऱ्या बसचाही राग येऊ लागला. इतका वेळ ज्या खरेदीमुळे तिला आनंद मिळाला होता, त्या सोन्या-चांदीच्या वस्तूंमुळे काळजी आणि भयही वाढू लागलं. लवकरात लवकर हे सारं घेऊन सुखरूप घरी पोचायला हवं. अखेर तिच्या प्रार्थनेला यश आलं. दोनच मिनिटांत बस आली. स्टॉपवरच्या गर्दीत घुसून रणरागिणीच्या आवेशात ती बसमध्ये शिरली. त्याच वेळेस तो लालशर्टवालादेखील तिला ढकलून पुढे निघून गेला. पहिल्या सीटवर धाड्कन बसकण मारत तिच्याकडे पाहत राहिला. त्याच्या शेजारची जागा रिकामी होती; पण मानसीला तिथे बसण्याची मुळीच इच्छा नव्हती. तेवढ्यात तिच्या उजवीकडील बाकावर जागा झाली. मानसीनं बसून घेतलं. आपल्याबरोबरच्या पिशव्या तपासल्या. भाजी आणि किरकोळ सामानाची पिशवी पायापाशी ठेवत सोन्याच्या दागिन्यांची पिशवी मांडीवर घेत खिडकीकडे सरकली. अजूनही तो रोखून पाहत होता. तेवढ्यात मानसीच्या शेजारी एक

धिप्पाड तरुण येऊन बसला. बापरे! हा त्याचा साथीदार असावा का? आजकाल पेपरमध्ये अशा घटना सारख्या येतात. आपण 'वृंदावन ज्वेलर्स'मधून खरेदी करून बाहेर पडताना या दोघांनी पाहिलं असेल का? मानसीच्या घशाला कोरड पडली. एकट्यानं केलेली ही मौल्यवान खरेदी आपल्याला महागात पडणार का? चुकलंच आपलं; रिक्षा करायला हवी होती. गेले असते १००-१२५ रुपये; पण घरापर्यंत सुखरूप जाता आलं असतं. पण एकट्या बाईमाणसानं अनोळखी रिक्षावाल्यावर विश्वास टाकणं तरी कितपत बरोबर आहे? शिवाय आपल्या बसस्टॉपपासून घरापर्यंतचा रस्ताही निर्मनुष्य आणि अंधाराचा असतो. परवा महाजनांच्या आजी संध्याकाळच्या फिरायला गेल्या तर त्यांचा सोन्याचा गोफ कुणीतरी हिसकावून घेतला म्हणे. बापरे... तिला आता नको ते सारं आठवू लागलं...बस पळत होती. स्टॉप मागे पडत होते. या स्टॉपवर हा धटिंगण उतरला तर बरं, असं दर वेळी तिला वाटे. पण तसं काही घडत नव्हतं. तो अधूनमधून तिच्याकडे पाहतच होता. मुद्दाम आपल्या स्टॉपचंच तिकीट यानं काढलंन की काय? आपल्या शेजारचा हा त्याचा धिप्पाड साथीदारदेखील 'गांधी चौक'चं तिकीट असूनही तिथे उतरला नाही. मानसीची बेचैनी वाढतच होती. खिडकीबाहेरच्या वाढत्या अंधाराकडे ती पाहत होती. कारण तिच्या शेजारचा धिप्पाड प्रवासी चुळबुळ करून तिच्याशी बोलायचा प्रयत्न करत होता. त्याला चुकवण्याचा तो एकच मार्ग तिला सुचत होता. तिचा स्टॉप जवळ आला, पण आता खाली उतरायचीही तिला भीती वाटू लागली. अखेर बळ एकवटून मानसी पट्कन खाली उतरली. तिच्या मागोमाग तो लाल टी-शर्टवाला उतरला. त्याच्या पाठोपाठ तो धिप्पाड तरुण उतरला. मानसीनं आजूबाजूला कुणी ओळखीचं दिसतंय का ते पाहिलं. पण कुणीच नव्हतं. लाल टी-शर्टवाला झाडाखालच्या पानपट्टीवर जाऊन सिगारेट फुंकू लागला. मानसीनं झपझप चालायला सुरुवात केली. पण भराभरा चालताच येत नाहीये, पाय जडशीळ झाले आहेत, असं वाटू लागलं. सारं दहा मिनिटांचंच अंतर; पण तेही कठीण वाटू लागलं. चालता चालता आपल्या पाठीमागे कुणीतरी येतं आहे, असं तिला वाटलं. आवंढा गिळत मान वळवून नजरेच्या कोपऱ्यातून तिनं मागे पाहिलं. तोच तो धिप्पाड सहप्रवासी तिचा पाठलाग करत होता. 'जोरात ओरडावं का?

पण त्यानं कुठे काय केलं आहे आपल्याला? आणि ओरडून इथे मदतीला तरी कोण येणार? सगळीकडे सामसूम आहे. घरंही नाहीत जवळपास...'असा विचार करत मानसी चालत राहिली. आता जे होईल त्याला तोंड द्यावं लागणार तरीही हातातल्या वस्तूंवरची तिची पकड घट्ट झाली. इतक्यात तिच्या पाठीमागची सावली किंचित पुढे सरकली.

"तुम्ही सातारच्या ना?" शेजारून शब्द आले.

काहीच उत्तर न देता मानसी अंधारात तो धिप्पाड चेहरा निरखू लागली. "घाबरू नका ताई. मला ओळखलं नाहीत का? मी संजू, सातारच्या तुमच्या यादोगोपाळ पेठेतल्या घरी रोज यायचो...पेपर टाकायला, दूध द्यायला."

'बापरे! तो हा संजू?' त्या वेळचा त्याचा तो अशक्त बापुडवाणा अवतार आणि आत्ताचा हा धिप्पाड बांधा...कसं ओळखायला आलं असतं? मानसीला काय बोलावं ते कळेचना...तेवढ्यात हातातली मखमली जांभळी पर्स तिच्यापुढे करत संजू म्हणाला, "ही तुमची पर्स...बसमध्ये विसरलेली." मोत्यांचे दागिने 'वृंदावन ज्वेलर्स'च्या आकर्षक पर्समधून मिळाले होते ती पर्स चुकून तिकीट काढताना बाकावरच राहिली होती. गोंधळलेल्या मनःस्थितीमुळे ती परत हँडबॅगेत टाकायला मानसी विसरली होती. बापरे, चांगलाच फटका बसला असता... या संजूमुळे वाचलो...आपल्या वस्तू देण्यासाठी हा आपल्यामागे आला आणि आपण त्याला काय समजलो? अचानक याच्या सोबतीचा आधार वाटू लागला आहे ...अजून बरंच अंतर आहे. दिवाळीच्या दिवसांतला अंधार दाटलेला. मागे पाहिलं, तो लाल शर्टवाला अजून घुटमळतोय... तिने धीर एकवटून संजूला म्हटलं, "इथे जवळच माझं घर आहे, चला ना..." हसून संजू तिच्याबरोबर चालू लागला.

"आता साताऱ्याला नसतं वाटतं कुणी?" संजूनं विचारलं.

"हो ना, आता सारी यवतमाळला असतात." मानसी

"काका, रिटायर झाले असतील ना?"

"नाही, सहा महिन्यांत होतील आता "

बोलता बोलता वाट सरत होती. लाल शर्टवाल्यानं एकंदर रागरंग पाहून काढता पाय घेतला होता. घरात शिरताच मुलं मानसीला बिलगली. त्यांना दूध बिस्किटं खायला घालून संजूसाठी चहा-फराळाचं

आणायला ती स्वयंपाकघरात शिरली. एव्हाना मुलांनी संजूचा ताबा घ्यायला सुरवात केली होती. डिशमध्ये फराळाचे पदार्थ मांडताना तिला सातारचे दिवस आठवले. अचानक संजू भेटल्यामुळे ती नकळत त्या काळात शिरली. शाळा-कॉलेजच्या विश्वात मश्गूल असलेली मानसी किती वेगळी होती. आपलं रूप, हुशारी यांच्या जाणिवेनं हवेत तरंगण्याचे, झोपाळ्यावाचून झुलायचे दिवस होते ते. एकदा वार्षिक परीक्षेनंतर वह्या-पुस्तकांची रद्दी काढणाऱ्या मानसीला बाबा म्हणाले, ''वह्यातले कोरे कागद आणि पुस्तकं, गाइड्स ठेव हं. रद्दीत नको घालूस.'' मानसीच्या कपाळावर प्रश्नचिन्हार्थी आठ्या पाहून ते पुढे म्हणाले, ''अगं आपल्याकडे पेपर टाकायला संजू येतो ना, त्याला द्यायची आहेत. त्याला उपयोग होईल.''

''बाबा पेपरवाल्याला काय करायची आहेत अभ्यासाची पुस्तकं? काहीतरीच तुमचं'' मानसी हसत सुटली.

''असं हिणवू नये बाळा कुणाला. परिस्थितीमुळे तो हे काम करतो. पण मुलगा जिद्दी आणि सालस आहे. शिक्षण अर्ध्यावरच सोडायला लागलं त्याला. मी ते त्याला पुन्हा सुरू करायला लावणार आहे'' बाबा म्हणाले.

मानसीला काही ते फारसं पटलं नव्हतं. बाबांचं जरा अतिच असतं; कुणालाही डोक्यावर घेतात, असं तिला वाटलं. त्यानंतर संजूचं कौतुक अधूनमधून बाबांच्या बोलण्यात येई; पण मानसीच्या मनातली अढी तशीच राहिली. शिवाय त्याच्या पेपर किंवा दूध देण्याच्या वेळा आणि मानसीच्या घरी असण्याच्या वेळा कधी जुळायच्या नाहीत, त्यामुळे प्रत्यक्ष समोरासमोर येण्याचाही प्रश्न नव्हता. आता ते सगळं आठवून मानसीला वरमल्यासारखं झालं. आपण याच्याशी इतक्या फटकून वागलो, पण इतक्या वर्षांनीही त्यानं आपल्याला ओळख दिली, मदत केली.

फराळाची डिश संजूच्या हाती दिल्यावर फराळाचा समाचार घेत पुन्हा गप्पा सुरू झाल्या. सातारच्या आठवणी निघाल्या. तिथली माणसं, चौक, पुतळे अगदी रस्तेसुद्धा...कितीतरी दिवसांनी माहेरचं माणूस भेटल्यासारखं मानसीला वाटलं... मानसीच्या बाबांविषयी त्याच्या मनातली कृतज्ञता वारंवार व्यक्त होत होती. बाबांकडून संजूबद्दल तिनं ऐकलं होतं; पण त्यालाही त्यांच्याबद्दल किती आदर होता, ते आज

समजत होतं.

"आज मी जो आहे तो काकांमुळे. बालपणीची घरची सुबत्ता वडिलांच्या मृत्यूमुळे अचानक नाहीशी झाली. पाच-सहा म्हशी, स्वतःचं घर, बिऱ्हाडकरूंकडून येणारं घरभाडं...सगळं एका रात्रीत सोडावं लागलं. आम्ही अक्षरशः रस्त्यावर आलो. शाळा सोडावी लागली. मिळतील ती कामं करत होतो; पण मन सैरभैर झालं होतं. चांगुलपणावरचा विश्वास उडाला होता. त्या वेळी काका मला देवासारखे भेटले. सचोटीचा मार्ग दाखवला. कष्ट आणि प्रामाणिकपणाचं फळ कधीतरी मिळतंच, हे माझ्या मनावर त्यांनी ठसवलं. हरतऱ्हेची मदत केली. छोट्या-मोठ्या नोकऱ्या मिळवून दिल्या. वेळोवेळी आपुलकीचा सल्ला दिला. हळूहळू प्रगती करत मी इथवर पोचलो. आता माझी स्वतःची डेअरी आहे, पेपर एजन्सी आहे. दोन्हीकडे मिळून पंधरा लोक कामाला आहेत. हे काकांचेच आशीर्वाद. त्यांनी मार्ग दाखवला नसता तर कोण जाणे माझं काय झालं असतं..." बोलता बोलता संजूचे डोळे भरून आले.

मानसीशी बोलण्याच्या नादात संजूचं मुलांकडे दुर्लक्ष झालं होतं. त्यांचा रंगलेला डाव मोडला होता. त्यामुळे अस्वस्थ झालेली मनवा त्याचा हात ओढत म्हणत होती, "तुम्ही नावच नाही सांगितलं आहे तुमचं, काय म्हणू मी तुम्हाला?"

आपल्याकडे लक्ष वेधून घेण्याचा तिचा प्रयत्न पाहून मानसी आणि संजू दोघंही हसू लागले. त्यावर मनवा म्हणाली, "हसता काय? आता कोडं घालणार आहे . सांगा बघू उत्तर...पण तुम्हाला काय म्हणायचं ते आधी सांगा"

"संजूमामा म्हटलंस तरी चालेल."

"संजूमामा! वॉव! किती मस्त वाटतंय! ए आई, आयडिया! म्हणजे हा मामा आहे ना आमचा? मग आता तू यालाच ओवाळ ना भाऊबीज म्हणून. किनई संजूमामा, सकाळी मी मयूरला ओवाळलं ना तर आई रडत होती सुजितमामाला ओवाळता येणार नाही म्हणून!" मनवा म्हणली. आता संजू माझ्याकडे पाहू लागला.

"सुजित कॅनडाला गेला आहे कामासाठी. म्हणून सकाळी मुलांच्या ओवाळण्याच्या वेळेला मला त्याची आठवण झाली." मी स्पष्टीकरण दिलं.

“सुजित, इतका मोठा झाला? सातारला असताना सायकलच्या कॅरिअरवर बसवून कितीदा तरी शाळेत सोडायचो मी त्याला...सुटीच्या दिवशी पतंग करून दे म्हणून हट्ट करायचा माझ्याकडे...किती गोड होता नाही?” संजू सांगत होता.

खरंच की, सुजितदेखील संजूच्या खूप मागेमागे करायचा. बाबांना तर त्याचं कौतुक होतंच; शिवाय आईलाही टंचाईच्या वेळी सिलिंडर आणून दे, बाजारातून सामान आणून दे, असं करून संजूनं जिंकलं होतं. फक्त मीच एकटी त्याच्याशी फटकून वागत असे. काय वाटलं असेल त्याला तेव्हा? मानसी पुन्हा विचारात पडली. “चला, निघतो मी आता. गांधी चौकात बहीण असते माझी. तिच्याकडे आलो होतो. हे माझं कार्ड, काकाकाकू आले की नक्की कळवा हं ताई मला. मी घेऊन जाईन सातारला. काकांना खूप आनंद होईल सगळं बघून किंवा असं करा, तुम्ही सगळे जणच या तिकडे, मला खूप बरं वाटेल, याल ना?” संजू म्हणाला.

“आई, संजूमामा निघाला, तू ओवाळ ना गं त्याला, थांब रे मामा.” मनवा म्हणाली.

एरवी मनवाच्या आगाऊपणाचा मानसीला रागच आला असता; पण आज मात्र वाटलं, मनात असूनही काही गोष्टी मोठ्या माणसांना व्यक्त करणं अवघड वाटतं. पण लहान मुलं त्या किती झट्कन व्यक्त करतात. तिची ही भावना संजूच्याही लक्षात आली असावी. पट्कन बसत तो म्हणाला, “जा मनवा, घेऊन ये ओवाळणीचं तबक. होऊ दे तुझ्या मनासारखं, आज तुझी आई तुझ्या संजूमामाला ओवाळणार...”

“काय ताई, ओवाळणार ना मला?”

ओल्या डोळ्यांनी पण हसऱ्या चेहऱ्यानं मानसीने मान डोलावली.

कित्येक वर्षांपूर्वी आपल्या घरात वावरणारा, पण आपल्यासाठी परकाच असणारा हा संजू... अगदी थोड्या वेळापूर्वीपर्यंतदेखील माझ्यासाठी अनाहूत असणारा हा सहप्रवासी आज पाठीराखा बनून माझ्या सोबतीला आला आणि आता माझ्या हातून भाऊबिजेला ओवाळून घेतो आहे. यालाच ऋणानुबंध म्हणतात का? ...निरांजनाच्या ज्योती उजळताना मानसीच्या मनात आलं.

◆

पुढ्यातल्या गवारीच्या शेंगा शांतपणानं नीट करत पुष्पाताई दूरचित्रवाणीकडे म्हणजे टीव्हीकडे एकटक पाहत बसल्या होत्या. कोणता तरी कंटाळवाणा कार्यक्रम सुरू असावा बहुधा; पण त्याच्याशी त्यांना काही घेणंदेणं नव्हतं. कुठंतरी नजर लावायची म्हणून त्या तिकडे पाहत होत्या. तेवढीच आवाजाची जाग आणि हलत्या चित्रांची सोबत. बस्स!

आत्ता या क्षणी त्यांच्या मनात आठवणींनी फेर धरला होता. विचारांनी गर्दी केली होती. त्याचं कारण म्हणजे त्यांची प्रिय बालमैत्रीण सुमी आज कितीतरी वर्षांनी दिसली होती. अंहंऽऽ आता सुमी नाही म्हणता येणार...आता मिसेस सीमंतिनी जहागिरदार म्हणायला पाहिजे. उंची पैठणी नेसून नखशिखान्त दागिन्यांनी नटलेली, आपल्या कारखानदार पतीसोबत परदेशी वातानुकूलित गाडीतून उतरताना तिला पाहून खरंतर ओळखताच येत नव्हतं. पुष्पाताईंना वाटलं, आपल्याला पाहिल्यावर, “पुष्पे, कशी आहेस तू?” असं म्हणून सुमी गळ्यात पडेल. पण तिच्या त्या बाकीच्या एकंदर रुबाबाला शोभलं असतं का ते? म्हणून मग ती दोघं जाईपर्यंत त्या पुढे आल्याच नाहीत.

सुमी निघून गेल्यावरही त्यांचं कामात मन लागेना. बालपणीच्या आठवणी दाटून आल्या. सुमीची अन् त्यांची अतूट जोडी आठवली. शाळेत जाता-येताना, परकराच्या ओच्यात लपवून चिंचा, पेरू खाताना, आईचा डोळा चुकवून पावसात नाचताना सगळीकडे सुमीला त्या हव्या असायच्या. अगदी पाठच्या बहिणी वाटाव्यात अशी जोडी शोभायची त्यांची; आणि आज... आज सुमी आणि आपण एकमेकींजवळ किती विजोड दिसू... उंची वस्त्रं, दागिने, वैभवानं नटलेली सुमी कुणीकडे

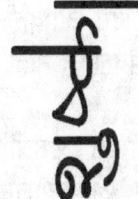

आणि साध्या जाड्याभरड्या सुती साडीतल्या आपण कुणीकडे... काळजीपूर्वक सौंदर्यसाधना, मुद्दाम प्रसाधन केलेल्या सुमीच्या चेहऱ्याशेजारी आपला जून, ओढलेला चेहरा, कपाळावरच्या आठ्या, सुरकुत्या... कसे दिसू आपण? संस्थेला घसघशीत देणगी देण्यासाठी आलेली सुमी आणि लवकर स्वेच्छानिवृत्ती घेऊनही वेळेचा उपयोग म्हणून संस्थेत काम करणाऱ्या आपण... एकाच फाटक्या छत्रीतून भिजत शाळेत जाणाऱ्या आपल्या दोघींच्या विश्वात आज जमीन-अस्मानाचं अंतर आहे.

'जो तो आपलं भाग्य घेऊन येतो,' असं आई म्हणायची ते किती खरं आहे. लग्न होऊन सुमी पडली एका कारखानदाराच्या घरी आणि आपण... भार्गवांच्या घरी...लग्न होऊन सासरी आल्यावर दीड खणी जागेत नांदणारं सात-आठ जणांचं हे भार्गव कुटुंब पाहून हतबुद्धच झालो आपण. खेड्यातल्या ऐसपैस घरात अठरा वर्षं गेलेली...इथे शहरात हे असं राहावं लागेल ही कल्पनाच केली नव्हती. घरात सासू, सासरे, दीर, नणंदा, भार्गव सर आणि आपण...छे! हालचाल करायलादेखील जागा नव्हती. दीर, नणंदा आणि भार्गव सर (हो, त्यांना अहो म्हणून हाक मारलेली आवडायची नाही म्हणून प्रथमपासूनच इतरांचं ऐकून आपणही 'भार्गव सर' म्हणू लागलो) शाळा-कॉलेज, नोकरी निमित्ताने दिवसाचा काही काळ तर बाहेर पडत. पण आपल्याला मात्र दिवसभर नजरकैदेत असल्याप्रमाणे वाटे. हे कर, ते करू नको... आमच्याकडे असंच लागतं...आमच्यात तसलं चालणार नाही...नाना तऱ्हेच्या सूचना आणि शेरे...दिवसभर धुणं, पाणी, स्वयंपाक, खरकटं, आलं-गेलं हेच विश्व बनून राहिलं.

त्यातच भार्गव सरांचा स्वभाव. लग्न करून बायको घरच्या दावणीला आणून बांधली की जणू कर्तव्य बजावून झालं. कधी प्रेमाचे दोन शब्द नाहीत. कधी फिरणं नाही. कधी नवी साडी नाही की कधी गजरा नाही...नव्हाळीच्या वयातली या छोट्या छोट्या गोष्टींत वाटणारी अपूर्वाई त्यांनी कधी जाणलीच नाही. नव्याची नवलाई कधी अनुभवलीच नाही आपण.

अन् एके दिवशी सांगितलं गेलं, ''आता तुला नोकरी करावी लागेल.'' घरातली सततची पैशाची ओढाताण दिसतच होती. आपल्याला

वाटलं, चला बरं झालं. आता दिवसातले काही तास तरी खुल्या हवेत मोकळा श्वास घेता येईल आणि चार पैसेही मिळतील.

बालपणापासूनची आपली एक हौस होती. छोट्या मुलांना जमवून गाणी, गोष्टी, नाच शिकवायची. घराशेजारची छोटी मुलं जमवून आपण त्यांच्यात छान रमून जायचो. शेजारच्या आयाबाया आपल्यापाशी मुलांना सोडून निर्धास्त असायच्या. शेजारच्या मामी कौतुकानं म्हणत असत, "पुष्पाच्या आई, तुमची लेक मोठेपणी बालवाडी छान चालवेल बघा." त्या वेळेपासून मनात कुठेतरी बालवाडी काढायचं स्वप्नं रुजलं होतं. आतादेखील नोकरी करायची म्हटल्यावर तेच मनात आलं. वाटलं, अशीच नोकरी मिळावी. लहान मुलांच्या हसऱ्या, निष्पाप सहवासात मनाला टवटवी येईल. त्यांना गोष्टी सांगताना, गाणी शिकवताना मरगळल्या मनाला नवी पालवी फुटेल.

पण हे मनातले विचार मनातच राहिले. भार्गव सरांनी एक फॉर्म पुढ्यात टाकला. म्हटलं, "सही कर..."

फॉर्म वाचून आपण म्हटलं, "ही तर पोस्टाची नोकरी."

"मग? तुला काय वाटलं, तू कोण कलेक्टर होशील?" सतत असंच लागट बोलणं. मग डोळ्यांतलं पाणी लपवत धीर करून म्हटलं, "मला बालवाडी चालवायची खूप हौस आहे."

"हंऽ पण आपण मॅट्रिक आहात जेमतेम. इथं शहरात बालवाडी चालवायची तर कोर्स करावा लागतो. तेवढा पैसा आणि वेळ आहे कुणाजवळ? फालतू गोष्टी नकोत. मी सांगतो ते ऐकायचं फक्त. इथं सही कर. ओळखी आहेत माझ्या. म्हणून तुला नोकरी मिळते आहे, हे विसरू नको."

आपल्या उरल्यासुरल्या इच्छा-आकांक्षाही पालापाचोळ्यासारख्या उडून गेल्या. मिटल्या मुखानं आणि मिटल्या मनानं आपण नोकरीवर रुजू झालो. गावाच्या एका बाजूला असणारं अंधारं, कोंदट पोस्ट ऑफिस. सहकारी पुरुषांशी बोलणं तर दूरच; पण दोघी-तिघी बायका असूनही सर्व जण जणू पाकिटाप्रमाणे तोंडं चिकटवलेल्या, दुर्मुखलेल्या. समोरच्या ढिगातल्या पाकिटांमध्ये सुखाचा, आनंदाचा निरोप आहे की दुःखद बातमी आहे, याचा विचारही न करता सगळ्या टपालांवर एकसारख्या अलिप्तपणे, यांत्रिकपणे तिथं शिक्के मारले जायचे. तोच

अलिप्त यांत्रिकपणा आपल्यातही जणू भिनला.

त्या वातावरणात राहून आपणही नकळत तशाच बनलो. एकलकोंड्या, माणूसघाण्या, अबोल...घरातल्या समस्यांनी आणि परिस्थितीच्या फेऱ्यानं अकाली प्रौढ झालेल्या. मग हसऱ्या चेहऱ्यावर आठ्या-सुरकुत्यांनी कधी जाळं टाकलं, कळलंच नाही.

असंच पहिल्या पगारादिवशी आपण दोन साध्या, सुती साड्या खरेदी केल्या, ऑफिसात नेसून जायला. पण घरी आल्याबरोबर सर्वांसमोर 'चक्क पंधरा रुपये खर्च केले' याबद्दल इतका पाणउतारा झाला की त्या नव्या साड्या नेसण्याची इच्छाच मरून गेली आणि मग दोघी नणंदांच्या ताब्यात त्या साड्या देऊन आपण मुकाट्यानं रात्रीच्या स्वयंपाकाला लागलो.

या आणि अशा घटना घडतच दिवस पुढे जात होते. घरच्या अडचणींसाठी शारीरिक आणि आर्थिक बळ खर्ची पडत होते. अशीच तीस वर्षं उलटली. दीर-नणंदांची शिक्षणं, लग्नं, सासू-सासऱ्यांची आजारपणं, मुलांची दुखणी या सर्वांमधून स्वतःच्या आनंदाकडे लक्ष द्यायला उसंतच मिळाली नाही. दीर-नणंदा लग्नं करून आपापल्या वाटेनं दूर गेले. तोपर्यंत मुलं कधी मोठी झाली तेच कळलं नाही. त्यांचे हट्ट, त्यांचे खेळ काहीच आठवत नाही. आता वाईट वाटतं. लहान मुलांची आपल्याला किती हौस होती; पण आपल्याच मुलांसाठी आपल्याकडे वेळ नव्हता. त्यांचं बालपण आपण अनुभवलंच नाही. घरच्या सगळ्या जबाबदाऱ्या पार पडेपर्यंत, थोडा मोकळा श्वास घेईपर्यंत दहावीनंतर मिनूला आणि बारावीनंतर विनूला हॉस्टेलला ठेवण्याची वेळ आली. आपण दोघं आणि दोन मुलं असं चौघांच्या चौकोनी कुटुंबाचं सहजीवन आपल्याला उपभोगायला मिळालंच नाही. आता तर दोघंही परदेशी स्थायिक झाली. इतक्या दूर अंतरावरून आपल्याबद्दल त्यांना थोडीतरी भावनिक ओढ वाटते की नाही कुणास ठाऊक!

निवृत्तीनंतर छोटासा ब्लॉक घ्यायचं भार्गव सरांचं स्वप्नं होतं. त्याबाबत आपलं मत अर्थातच विचारलं गेलं नाही. अर्थात, विचारलं असतं तरी मत व्यक्त करण्याची, निर्णय घेण्याची सवयच नसल्यानं आपण काय बोलणार? आता या नव्या ब्लॉकमध्ये आल्यावर निवृत्त आयुष्य उपभोगताना काही गोष्टींची उमेद त्यांना वाटू लागली. पत्त्याच्या

क्लबातल्या मित्रांप्रमाणे असं फर्निचर करायचं, तशी क्रोकरी घ्यायची असं ते म्हणतात. आपण फक्त दर वेळी मान डोलावतो. आजकाल त्यांना त्याचाही राग येऊ लागला आहे. मग आपल्याला ते चिडून म्हणतात, "आता जरा जगाप्रमाणं वागायला शिका. पाहा इतर बायका कशा नीटनेटक्या राहतात. लाइफ एन्जॉय करतात. आता इतर कसली जबाबदारी नाही, मजेत राहावं हे का जमत नाही कुणास ठाऊक तुला! जेव्हा बघावं तेव्हा कंटाळवाणा चेहरा."

आपणही असं मुद्दाम वागतो असं नाही, पण होतं खरं असं... असं म्हटल्यावर पुढे सरबत्ती होते. "हं...कुणी शहाण्यानं तुझं नाव 'पुष्पा' ठेवलं कुणास ठाऊक...! कधी कशात रस नाही... कोरडी... कोमेजलेली... आणि मग छद्मीपणानं हसत म्हणतात, "पुष्पा कसलं शुष्का असायला हवं होतं...शुष्का...!"

या सगळ्याला मी काय उत्तर देणार? मनातल्या मनात म्हणते, "या पुष्पाचं निर्माल्य कधी आणि कसं झालं, माझं मलाच माहीत. राग, लोभ, उत्साह, ऊर्मी या सर्वातून केव्हाच पल्याड गेले आहे मी." पण हे भार्गव सरांना सांगून काय फायदा? आताही तसंच झालं. विचारांच्या तंद्रीत गवारी नीट करणाऱ्या पुष्पाताई भानावर आल्या ते भार्गव सरांचा चढलेला आवाज ऐकून. बाहेरून आलेल्या भार्गव सरांकडे त्यांचं लक्षच नव्हतं आणि ते चिडून बोलत होते, "जेव्हा बघावं तेव्हा कसली तरी भाजीची जुडी नाही तर गवारी... सुटसुटीत काही करताच येत नाही का? आवर लवकर तो पसारा. चल जरा बाहेर. टाउन हॉलला नवीन प्रदर्शन आलं आहे ते पाहून येऊ आणि चांगली एखादी साडी नेसा. नेहमीच्या नकोत." त्यांच्या या वसावसा ओरडण्यावर मी काय बोलणार? मला कुठे प्रदर्शन पाहायची इच्छा नव्हती. ना खरेदी करण्याची उमेद...नवी साडी नेसायचा तर आता मनस्वी कंटाळा आलेला...आणि हे सारं मला भार्गव सरांना सांगताही येणं शक्य नाही. चिडलेल्या भार्गव सरांकडे निर्जीव नजरेने पाहत मी खालच्या आवाजात एवढंच म्हणाले, "सर, मला नाही यायचं कुठेच. तुम्ही जा." आणि पट्कन आवंढा गिळला.

◆

मंगळागौर

वृंदावहिनीच्या आवाजानं एकदम जाग आली. आईला ती म्हणत होती, "नको मामी, नका उठवू तिला. झोपू दे. प्रवासानं शिणली असेल. मी येईन ना संध्याकाळी"

"अगं, आता उठवायलाच हवं. चांगले दोन-अडीच तास झोप झाली आहे तिची. आल्यापासून काही न खाता-पिता झोपूनच राहिली आहे बघ."

"काही न खाता? ते का?"

"बघ ना. एवढ्या लांबच्या प्रवासातून आली आहेस. जरा फ्रेश हो. काहीतरी खा नि मग झोप म्हटलं मी. पण ऐकेल तर ती चित्रा कसली? कसंतरी होतं आहे, मळमळतं आहे," असं म्हणून झोपून राहिली.

"चालायचंच मामी. आता असंच व्हायचं, गोड बातमी आहे ना?"

आता मात्र झोपून राहण्याचं नाटक मला आणखी करणं जमेना. पट्कन डोळे उघडून मी शेजारी उभ्या असलेल्या वृंदावहिनीच्या गळ्यात पडले.

"अगं, जरा हळू...काय हे? आता असं नाही चालणार."

"शी बाई! किती दिवसांनी भेटतो आहोत आपण वहिनी आणि असं."

"काय गं! ए आई, प्रत्येक गोष्टीत काय गं ही बंधनं? एवढी माझी मंगळागौर ठरवलीस; पण त्या दिवशी तरी मला खेळायला देतेस की नाहीस कुणास ठाऊक...! शी बाईऽऽऽ आत्ताच व्हायचं होतं हे?" माझा लाडीक रुसवा.

"म्हटलं बाईसाहेब, लग्नाला वर्ष होत आलं तुमच्या. आणखी किती वाट पाहायची नातवाची आजी-आजोबांनी? अं? आणि हे बघ, वेळच्या वेळीच सर्व झालेलं चांगलं...कळलं ना? थोडी

काळजी घ्या स्वतःची. आता आई होणार आहेस ना?''

"तूच बोललीस म्हणून बरं झालं हं वृंदा. माझं काही ती ऐकूनच घेत नाही आणि बरं का चित्रा, तुझ्या सासुबाईंचा फोन आला होता मघाशी. पोचलीस का व्यवस्थित म्हणून चौकशी करण्यासाठी. निघताना म्हणे तुला थोडी सर्दी झाली होती. 'औषधं वेळच्या वेळी घ्यायला सांगा' म्हणाल्या.''

"वाऽऽ सूनबाई लाडक्या दिसतात,'' डोळे मिचकावत वृंदावहिनी थट्टा करू लागली.

"अगं सांगते काय वृंदा...आपला हा लाडोबा सासरीही लाडोबाच राहिला आहे बरं. सासुबाईंचा फोन होतो न होतो तोच नवरोजींचा फोन. तो सध्या बिझनेस टूरवर आहे ना...''

"ए आई, खरंच? संदीपचा फोन?...'' मी जीभ चावली.

पण आईच्या वटारलेल्या डोळ्यांना वृंदावहिनीनं परस्परच उत्तर दिलं आणि माझी बाजू सावरून धरली. "चित्रा, आम्ही दोघीच आहोत इथं, म्हणून ठीक आहे हं. दोन दिवसांनी आल्यागेल्या पाहुण्यांसमोर मात्र संदीपना 'अहो जाहो' म्हण. अरे-तुरे नको. कळलं ना?''

"अगं वृंदा, समोरासमोर बोलण्याचा प्रश्नच येणार नाही. कारण जावई येऊ शकणार नाही आहेत कार्यक्रमाला आणि मघाशी फोनवर हिच्या सासुबाईही म्हणत होत्या ते दोघंही येऊ शकणार नाहीत म्हणून.''

"हो ना. अगं संदीप तिथं नसल्यानं सासऱ्यांना फॅक्टरीतून हलता येणार नाही आणि बंगलोरहून काही क्लायंटस् येत आहेत त्यामुळं सासुबाईंनाही थांबावं लागणार त्यांच्या सरबराईसाठी...''

"बरं वृंदा, चित्रा तुम्ही बसा बोलत; मी जाते आता. बरीच कामं आहेत. तुमच्यासाठी चहा आणू ना?''

"मामी, चहा नको. मीही निघते. वेळ होतो आहे ऑफिसला. चल चित्रा, भेटू संध्याकाळी. विश्रांती घे. मग बोलू.''

"ए वहिनी, तू आता चार दिवस रजा घे हं मात्र''

"अगं उद्यापासून रजा आहे तिची. त्याशिवाय काय मी घालते गं एवढा मोठा घाट?''

"काहीतरीच मामी तुमचं आणि अहो, घरचं कार्य आहे, मग मला

रजा नको घ्यायला? चला मी निघते आता ''

''अगं वृंदा, संध्याकाळी मुलांना घेऊनच ये. आता इथेच राहा चार दिवस.'' असं म्हणत तिला दारापर्यंत पोचवायला गेलेली आई परत येऊन माझ्याजवळ क्षणभर टेकली आणि पाण्यानं भरलेले आपले डोळे पुसत म्हणाली, ''पाहिलंस? किती सालस मुलगी आहे? काय गं, तिच्या नशिबी हे आलं?''

''आई, तू बैस इथं. शांत हो जरा.'' एकीकडे आईला थोपटत तिची समजूत घालतानाच डोळ्यांसमोर दहा-अकरा वर्षांपूर्वीचा प्रसंग येत होता. त्याच दिवशी वृंदावहिनी प्रथम आमच्या घरी आली. याच आमच्या हॉलमध्ये पाहाण्याचा कार्यक्रम सुरू होता. माझ्या श्रीधरदादासाठी वधूपरीक्षा सुरू होती. हसऱ्या चेहऱ्याची वृंदावहिनी आमच्या घरी सर्वांनाच आवडली. तिचा तांबूस गोरा रंग, बोलके डोळे, तिचं शालीन वागणं यांची चर्चा ती मंडळी गेल्यावर सुरू झाली. श्रीधरदादाची, माझ्या आत्तेभावाची पसंती तर त्याच्या चेहऱ्यावर कळतच होती. इतक्यात शाळकरी वयातली मी हलक्या आवाजात त्याच्याजवळ जाऊन म्हणाले, ''श्रीधरदादा, अरे तिचे केसदेखील खरे आहेत. सप्लिमेंट नाही आहे काही. कित्ती लांब केस, कसा छान शेपटा''

''बापरे! तू ओढून वगैरे बघितलीस की काय तिची वेणी? काही नेम नाही. आणि ए म्हशी,तुला शेपटाच बरा दिसला?'' श्रीधरदादा म्हणाला. मी फुरंगटून बसले. आत्या माझी बाजू घेऊन त्याला रागावू लागली. तेव्हा कुठं माझा राग गेला.

वृंदावहिनी लक्ष्मीच्या पावलांनी घरी आली आणि श्रीधरदादाला बढती मिळाली. त्याचा छोटासा ब्लॉक झाला. दोन नातवंडं खेळवता खेळवता, त्यांच्या बाललीला पाहताना आत्या अगदी कृतकृत्य झाली.

कधीकधी बाबा तिला छेडत, ''ताई, आता सून, नातवंडं सगळं झालं ना तुझ्या मनासारखं? मग आता असं कर, काशी-रामेश्वरची यात्रा करून ये. किती दिवस प्रपंचात गुरफटशील? तेवढीच काही दिवस या पोरांना मोकळीक. काय वृंदा, खरं ना?'' आत्या मात्र ही थट्टा न समजता नेहमीप्रमाणे गंभीरपणे म्हणे, ''नाही हं, माझी त्यांना काही अडचण. अरे, दोन मुलांबरोबर करताना थकून जाते वृंदा. माझ्यामुळे तिला मदतच होते,'' आणि श्रीधरदादा म्हणायचा,''आई,

मुलं जरा मोठी झाली की जाऊ आपण सगळेच काशी-रामेश्वरला.'' त्यावर हसून मान डोलवायची माझी भाबडी आत्या. पण मुलाबरोबर काशी-रामेश्वरला जाऊन येण्याचं तिचं स्वप्नं काही पुरं झालं नाही. आयुष्याच्या शेवटी का होईना सुखाचे चार दिवस तिला दिसावेत हे नियतीला मंजूर नव्हतं.

एक दिवस फॅक्टरीतून येत असताना श्रीधरदादाच्या स्कूटरला ॲक्सिडेंट झाला. भरधाव ट्रकनं त्याच्या अक्षरशः चिंध्या केल्या. जणू आत्याच्या त्या हसऱ्या कुटुंबाच्याच चिंध्या झाल्या. जबर मानसिक धक्क्यानं आत्यानं अंथरूण धरलं आणि लेकापाठोपाठ पंधराच दिवसांत तीही कायमची निघून गेली. या अनपेक्षित घटनांनी भेदरलेल्या नूपुर आणि नकुलला आणि भांबावलेल्या वृंदावहिनीला मग आईनं काही दिवस इथंच ठेवून घेतलं. काही महिन्यांनी बाबांच्या प्रयत्नांनी वहिनीला नोकरी मिळाली आणि दुःखातून थोडीशी सावरल्यानंतर तिनं आपल्या घरी जाण्याचा विषय काढला. या धक्क्यामधून सावरून धाडसानं ती आपल्या पायावर उभं राहण्याची उमेद दाखवते आहे, हे पाहून आई-बाबांनीही आनंदानं संमती दिली. दोन्ही घरं जवळच असल्यामुळे रोजच येणं-जाणं होणार होतं. पण प्रत्यक्षात जायची वेळ आल्यावर तिला रडू आवरलं नाही. आईला वाकून नमस्कार करताना आईच्या कुशीत शिरली आणि रडत म्हणाली, ''मामी, माझी आई मला आठवतदेखील नाही. पण या सगळ्या अवघड प्रसंगात तुम्ही माझी आईच झालात.'' आईलाही हुंदका फुटला. म्हणाली,''अगं, जशी माझी चित्रा, तशी तू. आता काळजी करायची नाही. कोणतीही अडचण आली तरी आपण सर्वांनी मिळून तोंड द्यायचं आहे. तू एकटी नाहीस. लक्षात ठेव आणि हे बघ, एक सांगू? श्रीधर नसला तरीदेखील त्याची आठवण म्हणून तू हे मंगळसूत्र असंच नेहमी वापरावंस असं मला वाटतं. कारण तुझ्या गळ्यातलं मंगळसूत्र दिसलं नाही तर नूपुर-नकुलही तुला अस्वस्थ होऊन सतत प्रश्न विचारतील आणि आता तू एकटी राहणार, नोकरीला एकटं यावंजावं लागणार, बसमधून प्रवास करणार अशा वेळी या मंगळसूत्राचा एक प्रकारचा आधार तुला वाटेल. आपल्या समाजात अजूनही विवाहितेकडे निराळ्या आदरानं पाहिलं जातं. त्यामुळं मला वाटतं की तू... ''

"मामी, तुमचं म्हणणं पटलं मला आणि जाण्यापूर्वी सासुबाईही मला असंच म्हणाल्या होत्या."

अशा रीतीनं वृंदावहिनी नव्या आयुष्याला सामोरी जाण्यासाठी तयार झाली. त्याला आता दोन वर्षं झाली. पुनर्विवाहासाठी तिचं मन वळवण्याचादेखील आई-बाबांनी प्रयत्न केला. पण तिनं आपल्या दोन चिमण्या लेकरांचा सांभाळ करत आयुष्यभर श्रीधरदादाचंच नाव लावण्याचा निश्चय केला होता. त्याचंच मंगळसूत्र आयुष्यभरासाठी तिचा आधार बनलं होतं.

वर्षभरापूर्वी जेव्हा माझं लग्न ठरलं, त्या वेळी तर आई-बाबांना आत्याची, श्रीधरदादाची प्रकर्षानं आठवण झाली. आत्यानं सगळ्या जबाबदारीच्या वस्तू सांभाळल्या असत्या. श्रीधरदादा असता तर त्यानं धावून धावून लग्नाची तयारी केली असती. पाठवणीवेळी मला आणि आईला रडताना बघून मिस्कीलपणे आमची थट्टा केली असती आणि हळूच कुठल्यातरी कोपऱ्यात जाऊन स्वतःचे डोळे पुसले असते. असा आमचा हळवा व तितकाच मिस्कील श्रीधरदादा. पावलोपावली त्याची उणीव भासत होती.

पण श्रीधरदादा लग्नाला नव्हता म्हणून काय झालं? वृंदावहिनीनं आईला हरप्रकारे मदत केली. स्वतःचं दुःख बाजूला सारून, उत्साहानं सगळ्या कार्यक्रमात भाग घेतला आणि वर आई-बाबांनाच तंबी दिली की, "कुणीही डोळ्यांत पाणी आणायचं नाही." लग्नसमारंभ अगदी व्यवस्थित पार पडला. पाठवणीच्या वेळी मात्र आम्हा तिघींनाही अश्रू आवरेनात. शेवटी मीच आईची समजूत घातली. म्हटलं, "अगं आई, मी दूर जात असले तरी ही तुझी थोरली लेक वृंदा आहे ना जवळ."

अशी ही आमची वृंदावहिनी. आजही मी आल्याचं कळताच धावत पळत येऊन भेटल्याशिवाय तिला चैन पडलं नाही.

संध्याकाळी मुलांना घेऊन चार दिवस घर बंद करूनच ती राहायला आली आणि मग हळूहळू सगळ्या कामाचा ताबा घेतला. मंगळागौरीची, जेवणाची, फराळाच्या पदार्थांची तयारी, येणाऱ्या पाहुण्यांची व्यवस्था, सजावटीची तयारी सगळ्या गोष्टींत मनापासून आईला मदत केली. मंगळागौरीच्या दिवशी तर दारातल्या रांगोळीपासून ते माझ्या केशभूषेपर्यंत सगळीकडे तिचा कलात्मक हात फिरला होता. स्वयंपाकघरात, स्वयंपाकाच्या

बाईपासून ते दिवाणखान्यात पूजेच्या गुरुजींपर्यंत ज्यांना जे हवं ते देता देता ती भिंगरीसारखी पळत होती. पूजा झाली. श्रीखंड-पुरीचं जेवण अंगाशी आल्यामुळे घरची मंडळी जरा विसावली; पण वहिनीची मात्र संध्याकाळची तयारी सुरू झाली. हळदीकुंकवाला येणाऱ्या बायकांना फराळाचं देण्यासाठी डिश, वाट्या काढून पुसून ठेवणं, हॉलमध्ये बसण्यासाठी बैठक व्यवस्था करणं इत्यादी... आई म्हणाली शेवटी, "अगं वृंदा, किती करशील? थोडी विश्रांती घे. पण हिचं आपलं चालूच. "नाही हं मामी, विश्रांती उद्या; आज नाही."

संध्याकाळ झाली. हळदीकुंकवासाठी बायका येऊ लागल्या. मी आणि आई हळदीकुंकू, अत्तरगुलाब देत होतो. वृंदावहिनी सर्वांना फराळाच्या डिशेस देत होती. बायकांची गर्दी ओसरल्यावर मंगळागौरीच्या पूजेच्या मुलींना आई म्हणाली, "चला गं, आरती करून घेऊ या म्हणजे मग तुम्हालाही फराळाचं देता येईल."

"हिरे या मोती ज्योती, भावे करू आरतीऽऽ" म्हणत हिऱ्या-मोत्यांसारख्या निरांजनाच्या लखलखत्या ज्योतींनी मंगळागौरीची जोशात आरती झाली. या पाच साग्रसंगीत आरत्या म्हणण्यात सर्वांत खणखणीत आवाज होता तो ऐंशी वर्षांच्या काकूआजींचा. या काकूआजी म्हणजे माझ्या सासऱ्यांच्या काकू. नागपूरहून कुणीच आज आलेलं नसल्यानं माझ्या सासरकडच्या प्रतिनिधी म्हणून गावातच राहणाऱ्या या माझ्या आजेसासुबाई आवर्जून आल्या होत्या.

आरती होऊन सगळी थोडी विसावताच त्यांनी मला विचारलं, "कोण गं ही, चित्रा? सकाळपासून नुसती लवलवतेय हो विजेसारखी!" "हीऽऽना ऽऽही माझी वृंदावहिनी!" मी कौतुकानं ओळख करून दिली. चट्कन वृंदावहिनीनं त्यांना वाकून नमस्कार केला. "औक्षवंत हो बरं. अगं, मी लग्नात नव्हते ना त्यामुळे ओळख नाही आपली," आणि मग म्हणाल्या "बरं का, आता सगळ्या मंगळागौरीच्या मुलींनी उखाणे घ्यायचे, पण सर्वांत आधी ही वृंदा नाव घेईल छानसं."

क्षणभर वृंदावहिनीला उमगलंच नाही काही, पण मग आपल्याच गळ्यातलं मंगळसूत्र पाहताना तिच्या लक्षात आलं काकूआजी तिला सौभाग्यवतीच समजत होत्या.

क्षणार्धापूर्वी प्रसन्न फुललेला वृंदावहिनीचा चेहरा झट्कन कोमेजला.

तीरासारखी ती स्वयंपाकघराकडे धावली. कामात गुंतलेल्या आईच्या गळामिठी घालून रडत म्हणाली, "हे नसले तरी त्यांच्या मंगळसूत्राला मी आधार मानत होते, पण आज या मंगळसूत्रानेच माझा घात केला हो मामीऽऽ."

◆

'खरंतर उशीरच झाला आहे' असं मनाशी म्हणतच रिक्षावाल्याला पैसे देऊन मी बंगल्याच्या फाटकापाशी आले. सुंदर रंगसंगती साधून तैलरंगात रंगवलेलं बंगल्याचं फाटक उघडून दिवाणखान्यात प्रवेश केला. ऐसपैस मोठा दिवाणखाना, त्यातलं उंची फर्निचर आणि सुंदर सजावट संपन्नतेची आणि कलात्मकतेची साक्ष देत होतं. घर सारं मुलामाणसांनी गजबजलं होतं. सारा बंगलाच जणू बोलका आणि चैतन्यमय झाला होता. हे सारं पाहून कुणालाही मुक्ताच्या भाग्याचा हेवाच वाटला असता...

मुक्ताचं नाव मनात येतं न येतं तोच प्रत्यक्ष मुक्ताच समोर आली.

"अगं, सरिता ये नाऽऽ" थोड्याश रुष्ट स्वरात मुक्ता मला पुढे म्हणाली, "आणि हे काय? तुला सकाळपासून यायला सांगितलं होतं ना मी? मग आत्ता येतेस होय?"

"अगं काय झालंय माहिती आहे का?" मी.

"अंऽहंऽऽ! काहीही बोलू नकोस. तुझी कुठलीही सबब मला सांगूच नकोस."

"चुकले बाईसाहेब. कान पकडून माफी मागू का?" मी नाटकी स्वरात म्हटलं, तशा आम्ही दोघी खळखळून हसलो. अगदी लहानपणी हसायचो तशाच...

एवढ्यात मुक्ताच्या सुनेनं...मधुरानं हाक मारली, "आई, गुरुजी बोलावत आहेत ना, चला ना..."

माझ्याकडं लक्ष गेल्यावर मधुरानं माझी चौकशी केली आणि आलेल्या पाहुण्या मंडळींच्यात मला नेऊन बसवलं आणि समारंभ पुन्हा सुरू झाला.

सात सुवासिनी मुक्ताला ओवाळत होत्या. एका ताटात साठ छोटे छोटे दिवे लावले होते. त्या साऱ्या दिव्यांचा प्रकाश मुक्ताच्या चेहऱ्यावर

उजळत होता. मूळचीच गोरीपान असलेली मुक्ताची कांती आता तेजस्वी भासू लागली. मुक्ताला आज साठावं वर्ष पूर्ण होत होतं. त्यासाठीच आजचा हा सोहळा गौतमनं म्हणजे मुक्ताच्या मुलानं मुद्दाम आयोजित केला होता. दिव्यांच्या प्रकाशात उजळलेल्या मुक्ताकडे पाहून माझ्या मनात विचार आला की हे तेज खरंच या दिव्यांचं की मुक्ताच्या तावून, सुलाखून निघालेल्या आजपर्यंतच्या कर्तृत्वाचं...?

हळूहळू माझ्या मनात बालपणीच्या आठवणी गर्दी करू लागल्या. मुक्ताचा सारा जीवनपटच डोळ्यांपुढून सरकू लागला. मुक्ता...माझी बालमैत्रीण... दोघी एकाच वर्गात शिकायचो. एकाच वाड्यात राहायचो. तो लांब-रुंद...चौसोपी वाडा. आमच्या मालकीचा होता आणि मुक्ताचं कुटुंब एका कोपऱ्यातल्या खोलीत भाडेकरू म्हणून राहत होतं. मुक्ताचं कुटुंब म्हणजे तिचे आई-वडील, तिची भावंडं सारे मिळून ८-९ जणांचं होतं. तिच्या वडिलांची परिस्थिती अगदीच जेमतेम. थोडीफार भिक्षुकी करून, संस्थानिकांच्या एका देवळात पूजा-अर्चा करून जी काही मिळकत होई त्यावरच गुजराण करावी लागे. मुक्ताच्या आई म्हणजे मोठी धीराची बाई... नवऱ्याच्या मिळकतीला जमेल तसा हातभार लावून मिळणाऱ्या उत्पन्नात मोठ्या आनंदानं कोंड्याचा मांडा करून प्रपंच चालवी. या दाम्पत्याची मुक्ता सर्वांत मोठी मुलगी आणि त्या वेळच्या प्रथेप्रमाणं तिच्या पाठची सहा-सात भावंडं...

मला आठवतात अजून शाळेच्या सुरुवातीचे दिवस. मुक्ताच्या जुन्या कपड्यांकडे, फाटक्या वह्या-पुस्तकांकडे पाहून मुली तिची कुचेष्टा करत. पण शाळेतल्या पहिल्या परीक्षेत पहिला नंबर मिळवून मुक्तानं शिक्षकांसकट साऱ्यांची मनं जिंकून घेतली आणि कुचेष्टेची जागा कौतुकानं घेतली.

आमच्या घरीदेखील मुक्ताच्या हुशारीचं साऱ्यांना कौतुक होतं. पण गरिबीच्या परिस्थितीमुळे कोणी अनुकंपा केली, कीव केली तर मुक्ताला ते अजिबात आवडत नसे. एकदा दिवाळी जवळ आलेली असताना माझ्या आईनं मुक्ताच्या आईला हाक मारली आणि बोलत बोलत सहज आम्हा भावंडांचे जुने कपडे देऊ केले. पण मुक्ताच्या आईनं ते नम्रपणे नाकारले. खरंतर दिवाळीच्या सणात मुक्ताच्या भावंडांनी फाटक्या कपड्यात वावरू नये, या चांगल्या भावनेनंच आईनं ते दिले होते. पण...

त्याच दिवशी मुक्ताच्या आईनं पैसा पैसा बाजूला टाकून साठवलेली गंगाजळी काढली आणि बाजारातून हलक्या दरातलं कापडाचं ठाण आणलं आणि रात्ररात्र जागून स्वतःच्या हातांनी मुलांकरिता दिवाळीसाठी नवे कोरे कपडे शिवले.

हेच मानीपणाचं बाळकडू मुक्ताला मिळालं होतं. कधीही आपल्या गरिबीबद्दल, अभावाबद्दल तक्रार करणं तिच्या स्वभावात बसत नव्हतं. घरात काही खायला असो किंवा नसो- हिचा चेहरा कायम उत्साही दिसायचा. आनंदी असायचा.

हळूहळू दिवस जात होते. आम्ही सातवीची परीक्षा बरोबरच पास झालो; पण मुक्ता नेहमीप्रमाणे चांगल्या मार्कांनी, तर मी मात्र जेमतेम काठावर पास. आमच्या घरात त्याचादेखील केवढा आनंद साऱ्यांना झाला. पण मुक्ताच्या घरी यशाचं कौतुक झालंच नाही. उलट तिच्या बाबांनी तिची शाळा बंद करण्याचा निर्णय घेतला. वाढता घरखर्च भागवण्यासाठी मुक्ताच्या आईनं कुणाकुणाच्या सांगण्याप्रमाणे पापड, सांडगे, लोणची, मेतकूट असे खाद्य पदार्थ बनवून द्यायला सुरुवात केली होती. त्यामुळे मुक्तानं शाळेत न जाता लहान भावडांना सांभाळावं, घरकाम करून आईला मदत करावी, असं त्यांचं म्हणणं होतं.

मुक्ता पुढे शिकणार नाही याची शाळेत साऱ्यांना खूप हळहळ वाटली. मुक्ताची हुशारी वाया जाऊ नये म्हणून शाळेतले सर स्वतः तिच्या घरी येऊन तिच्या बाबांना समजावून गेले; पण त्यांनी आपल्या निर्णयात बदल केला नाही आणि ते वर्ष तसंच वाया गेलं. जून महिना येताच मुक्तानं परत बाबांना विचारलं, पण बाबांनी संमती दिली नाही. अशी लागोपाठ २-३ वर्षं गेली, पण मुक्तानं चिकाटी सोडली नाही. अखेर घरकाम सांभाळून शाळा शिकण्याच्या अटीवर तिला पुन्हा शाळेत जायला मिळालं.

शाळा सुटल्यानंतर घरात मुक्ताला अभ्यास करायला वेळ मिळत नसे. मधल्या सुट्टीतदेखील मुलं, मुली डबा खाण्यासाठी बसत तेव्हा मुक्ता धावपळ करून घरातली राहिलेली कामं उरकून जाई. आपल्याला शाळेत जायला मिळतंय याचंच तिला कोण अप्रूप वाटे. ती म्हणे, "सरिता, कामाचं काही वाटत नाही गं; पण २-३ वर्षांनी लहान असणाऱ्या मुलांच्यात बसावं लागतं, याचंच वाईट वाटतं."

अशा रीतीनं मुक्ताचं सातवीचं वर्ष पार पडतंय, तोच तिच्या बाबांनी तिचं लग्न ठरवून टाकलं. लग्नात नवरा मुलगा पाहिल्यावर साऱ्यांचीच निराशा झाली. मुक्तासाठी तो दिसण्यात, शिक्षणात कशातच अनुरूप नव्हता. दोघांचा संसार करण्याइतकीही त्याची मिळकत नव्हती. हे लग्न ठरवताना, घरातलं एक तोंड कमी झालं, इतकाच विचार मुक्ताच्या बाबांनी केला की काय, असं वाड्यातल्या बायका बोलत होत्या. मीदेखील आतापर्यंत मॅट्रिक पास झाले असल्यामुळे माझ्यासाठी स्थळं पाहत होते. पण कितीतरी चांगल्या मुलांना मी नकार देत होते. तर सर्व बाजूंनी माझ्यापेक्षा उजवी असणाऱ्या मुक्ताला मात्र, तिच्या लग्नाबाबत कोणतंच मत विचारलं गेलं नाही, याचं मला मनोमन वाईट वाटलं होतं.

लग्नानंतर प्रथमच मुक्ता माहेरी आली, तेव्हा न राहवून मी विचारलं तेव्हा मुक्ता म्हणाली, "सरिता, अगं माझ्यापुढे बाबांनी दोन पर्याय ठेवले होते. दुसरं स्थळ कुठलं होतं माहीत आहे का? एका बिजवराचं. अगं तीन मुलांची आई अक्षता पडल्यावर एका क्षणातच झाले असते बघ मी..." अन् ती खळखळून हसत सुटली आणि तिच्याबरोबर मी पण...

खरंच आलेल्या परिस्थितीला हसतमुखानं सामोरं जाण्याची अचाट शक्ती मुक्ताला मिळाली होती. पण परिस्थितीशी तडजोड करताना तिनं कधी हार मानली नाही. भविष्यकाळाची स्वप्नं पाहताना कष्ट करण्याची उमेद कधी सोडली नाही.

योगायोगानं मलाही सासर मुक्ताच्याच गावी मिळालं अन् आम्ही बालमैत्रिणी पुन्हा एकत्र आलो. लग्नानंतरसुद्धा पतीची संमती मिळवून मुक्ता पुढे शिकत होती. मलादेखील म्हणायची, "सरू, तूसुद्धा कॉलेजला का जात नाहीस?"

मी म्हणे, "ए मला नाही बाई आवड शिकायची. मॅट्रिक झाले खूप झालं. तुला आठवतं ना, परीक्षेसाठी आपण अभ्यास करताना तूच प्रश्नोत्तरं वाचायचीस आणि मी नुसती ऐकायची." "होऽऽ आठवतंय ना, खूप वेळा पेंगत पण असायचीस," आणि आम्ही दोघी नेहमीप्रमाणे खळखळून हसायचो.

एकदा माझ्या सासुबाईंनी मुक्ताला मुद्दाम घरी जेवायला बोलावलं

होतं. जेवण झाल्यावर मुक्ता म्हणाली, ''अगं, आज किती दिवसांनी इतके पदार्थ जेवले. घरी रोज फक्त भात-पिठलंच असतं गं...'' आणि मग डोळ्यांत दाटलेलं मळभ लपवत ती सांगू लागली, ''मी किनई मॅट्रिकनंतर 'डीएड' करून शिक्षिका व्हायचं ठरवलं आहे. एकदा का मला नोकरी लागली ना, की पाहशील तू; सगळं काही ठीक होईल.'' आणि मग भविष्यकाळाबद्दल, होणाऱ्या बाळाबद्दल मुक्ता बरंच काही सांगत राहिली.

आणि सगळ्या अडचणींतून मार्ग काढत ती शिकत राहिली. दोन गोजिरवाण्या लहानग्यांचं संगोपन करता करता जिद्दीनं हिनं आपलं शिक्षण पुरं केलं. दरम्यान तिच्या यजमानांची भाऊंची नोकरी वारंवार सुटत असे. मग ती शिकवण्या करून प्रपंचाला हातभार लावायची. पण शिक्षण पुरं झाल्यावरदेखील तिला वाटलं तितकं नोकरी मिळवणं सोपं नव्हतं. कधी एखाद्या संस्थेतलं राजकारण आडवं येई, तर कधी कुठे पैशाची मागणी होई. पण तिची अथक धडपड सतत सुरू होती. कधी अर्ध वेळ, तर कधी तात्पुरती, अशा नोकऱ्या करून ती अनुभव गाठीशी बांधत राहिली. अन् एक दिवस तिच्या कष्टांना फळ आलं. तिला कायमस्वरूपी नोकरी मिळाली. मुलांच्या शाळा, घरातली अडचणीची जागा, पतीचा चिडचिडा स्वभाव, घरकाम हे सारं सोसून, सांभाळून हसतमुखानं नोकरी करू लागली. नव्या उमेदीनं भविष्यकाळ घडवत होती. मुलांवर संस्कार उत्तम रीतीनं करत होती.

मी मुक्ताला म्हणायची, ''कशी गं सारं सांभाळून घेतेस?'' ती हसून म्हणे.

''सरिता, अगं यांचा खूप आधार आहे मला. पाहिलं नाहीस? स्वतःचं शिक्षण कमी असूनही मला शिकायला कधी आडकाठी केली नाही त्यांनी. कळत्या वयापासून असं एकटं पडल्यामुळे आणि हुशारीचं चीज न झाल्यामुळं, स्वभाव थोडा तापट आहे; पण मन खूप मोठं आहे त्यांचं.''

काळ हळूहळू पुढे सरकत होता. मुक्ताची मुलं हुशार निघाली. मोठा मुलगा शिक्षण संपताच चांगल्या नोकरीला लागला. आता घर बांधायचं, मुलांची लग्नं करायची, असे विचार घरात चालू झाले. तोच अचानक तिच्या पतीचं- भाऊंचं निधन झालं. मुक्ता कधी नव्हे ती कोसळली.

दुःखानं हतबल झाली. पण मुलांकडे पाहून आपलं दुःख गिळून पुन्हा उभी राहिली. मुलांना सुयोग्य जोडीदार निवडून त्यांचं लग्न करून दिलं.

थोड्याच कालावधीत गौतम स्वतःच्या कर्तबगारीनं अधिकारपदाला पोचला. एवढ्या मोठ्या शहरात स्वतःचा बंगला त्यानं बांधला. मुक्ताचं नि भाऊंचं स्वप्न साकार केलं आणि आजच या बंगल्याची वास्तुशांतही आहे.

"मावशी, नमस्कार करतो गं." मधुरासह गौतम मला नमस्कार करत होता. मुक्ताच्या जीवनपटात हरवलेली मी चट्कन भानावर आले. अवतीभवती कसलीशी चर्चा सुरू होती.

"बंगल्याचं नाव 'स्वप्नपूर्ती' ठेवा." मुक्ताची जाऊ सुचवत होती.

"ए, 'साकार' कसं वाटेल दादा?" गौतमला त्याची बहीण गौरी विचारत होती.

" 'श्रमसाफल्य' का ठेवत नाही मग?"

"ए आत्या नको गं, खूप जुनंपुराणं वाटतं."

मी गौतमकडे पाहिलं, तो अगदी स्थितप्रज्ञतेनं सारी चर्चा ऐकल्याचा आव आणत होता. पण डोळ्यांतला मिस्कीलपणा मात्र लपत नव्हता.

माझ्याकडं पाहून मला म्हणाला, "ए मावशी, चल, यांना चर्चा करू देत. आपण जरा टेरेसवर जाऊ."

"वाऽऽ प्रशस्त आहे रे टेरेस! खरंच गौतम लहान वयातलं तुझं हे कर्तृत्व पाहून..."

"ए मावशी, उगाच कौतुक वगैरे करू नकोस हं, इकडे ये. तुला एक गंमत दाखवतो" आणि फिक्या निळ्या रंगाचा छोटासा पडदा हलकेच उचलून दाखवत म्हणाल, "हे बघ, संध्याकाळी सगळ्यांना मस्त सरप्राइज द्यायचं आहे."

सुंदर, चंदेरी अक्षरं सूर्यप्रकाशात चमकत होती.

" 'स्वयंसिद्धा' वाऽऽ! किती सुंदर नाव "

"मावशी, आईच्या कष्टांचं, जिद्दीचं फळ म्हणून मी इथपर्यंत प्रगती करू शकलो. ज्या प्रतिकूल परिस्थितीला तोंड देत ती स्वतः घडली, आम्हाला घडवलं, त्यावरून तिला 'स्वयंसिद्धा' हेच विशेषण योग्य ठरेल. म्हणून मी हेच नाव बंगल्याला द्यायचं ठरवलं."

माझ्या तोंडून आश्चर्यानं शब्द फुटत नव्हता. डोळ्यांतले आनंदाश्रू लपवता येत नव्हते. आज मुक्ताच्या साऱ्या कष्टांचं चीज झालं होतं. तिचे संस्कार, तिचे परिश्रम आज खऱ्या अर्थानं सुफल झाले होते. वृद्धांची अडगळ वाटून त्यांना वृद्धाश्रमाची वाट दाखवणाऱ्या आजच्या युवा पिढीतला असूनदेखील गौतम आईबद्दल इतकी कृतज्ञता बाळगून होता, हे पाहून डोळ्यांतून वाहणारे आनंदाश्रू थांबता थांबत नव्हते. गौतमनं आज केवळ घरालाच नव्हे, तर माझ्या मैत्रिणीला, मुक्तालादेखील नवीन नाव दिलं होतं...'स्वयंसिद्धा'!

♦

चहाचा कप संपवून शुभांगीनं टेबलवर ठेवला. तेवढ्यात पोस्टमननं पाकीट टाकलं. उत्सुकतेनं उठून तिनं ते पाहिलं. जान्हवीच्या लग्नाची आमंत्रणपत्रिका होती. शुभांगीच्या मनात संमिश्र भावांचा कल्लोळ उठला. एकतर संजूदादानं आठवणीनं आपल्याला लग्नाला बोलावलं याचा आनंद झाला होता आणि त्याचबरोबर माहेरच्या या मायेला इतकी वर्षं वंचित राहिल्याचं दुःखही काठोकाठ भरलं होतं. तिचे डोळे पाणावले. मन भराभरा भूतकाळात गेलं. गावाकडचं माणसांनी भरलेलं घर नजरेसमोर आलं. प्रशस्त वाडा, ओसरीवरच्या झोपाळ्यावर बसलेले आजोबा, परसात बेल-तुळस खुडणारी आजी, स्वयंपाकघरात लगबग करणाऱ्या आई नि मोठी काकू, विजूदादा नि संजूदादा हे तिचे चुलतभाऊ... त्यांच्याबरोबर ती घरभर हुंदडत असायची. बालपणीच्या त्या रम्य आठवणींत शुभांगी रमून गेली.

शुभाला आठवलं, शाळेची वेळ होत आली की आई किंवा काकू तिला शोधून पकडून आणायच्या आणि तिच्या वेण्या घालून द्यायच्या. तोवर तिघांची ताटं वाढलेली असत. जेवण झाल्यावर दोन्ही दादांचा हात धरून शुभा शाळेत जायची. छोट्या बहिणीचं पाटी-दप्तराचं ओझं दोघांपैकी कुणीतरी घेतलेलं असायचं. तिचं बोट धरून वर्गात सोडेपर्यंत त्याची जबाबदारी असायची. आजोबांनी ताकीदच दिलेली असे तशी... शुभांगीला ते सारं आठवून हसायला आलं. ''किती निर्धास्त होते मी तेव्हा, या दोन्ही भावांसोबत...हे माझे सख्खे भाऊ नाहीत हे जाणवलंच नाही कधी...'' शुभांगीनं सुस्कारा सोडला.

उन्हाळ्याच्या सुट्टीत आजोबांचा मुक्काम

शेतातल्या घरात असायचा. दादू गड्यानं बैलगाडी जुंपली की ही वानरसेना आजोबांच्या आधी त्यात जाऊन बसे. आधी आई-काकूंनी विरोध करायचा, मग मुलांनी 'आजोबांना त्रास देणार नाही' अशी कबुली द्यायची, मग आजोबांनी मुलांची हमी घ्यायची आणि मग सुट्टी खऱ्या अर्थानं सुरू व्हायची.

शेत जवळ आलं की आजोबांना न जुमानता बैलगाडीतून धडाधड उड्या मारून तिघे जण खेळायला पसार होत असत. लपाछपी, सूरपारंब्या, ताकतुंबा...काय खेळू नि काय नको, असं व्हायचं. छतापर्यंत पोचलेली धान्याची पोती, कणग्या, विहिरीची भिंत... लपायला कितीतरी जागा असत. 'विहिरीकडे जाऊ नका रे पोरांनो...' आजोबा ओरडायचे. त्यांच्याच सांगण्यावरून मग दादूनं तिघांना पोहायला शिकवलं. आजोबा काठावरून त्यांचं डुंबणं कौतुकानं पाहत बसत. झाडाची एक डहाळी जमिनीकडे झुकली होती. तिच्यावर चढून बसणं, मोठमोठ्यानं कविता, स्तोत्रं म्हणणं, यात मस्त वेळ जायचा. विजूदादाच्या सहावीच्या पुस्तकात तुकडोजी महाराजांची एक कविता होती.

'राजास जी महाली, सौख्ये कधी मिळाली
ती सर्व राजा प्राप्त झाली, या झोपडीत माझ्या...'

एकदा आजोबांनी ती ऐकली आणि त्यांना एवढी आवडली की दररोज तिची फर्माईश व्हायचीच...मग काय विजूदादाबरोबरच संजूदादा आणि शुभाचीही पाठ झाली. मोठमोठ्या आवाजात त्या कविता म्हणून आजोबांची शाबासकी मिळवायची जणू चढाओढ लागलेली असे.

शेतातल्या त्या आंब्याच्या झाडाच्या तर कितीतरी आठवणी... त्याच्या कैऱ्यांचं आई सुंदर लोणचं घालायची नि काकू आंबटगोड चटणी मस्त करायची. गावठी असला तरी अवीट चवीचा तो आंबा त्यांना उन्हाळाभर पुरायचा. दररोज आमरस व्हायचा. सुटीला येणारे पै-पाहुणे, घरची मुले, पुरुषमंडळी पैजा लावून आमरस संपवायची. त्या स्वच्छंद, संपन्न आठवणींनी शुभा जणू परत बालपण अनुभवत होती.

शुभा बारा-तेरा वर्षांची होईपर्यंत हे सारं चित्र असंच होतं. मात्र आजी-आजोबांच्या निधनानंतर या चित्रातले रंग आणि घरातला खेळकरपणाही कुठे गायब झाला, कोण जाणे... आजी-आजोबांची खोली विजूदादा-संजूदादा वापरू लागले. "त्यांना अभ्यास असतो

खूप...'' म्हणून शुभाने तिकडे जाऊ नये असं काकू सुचवायची. आईला विचारलं की ती म्हणायची, ''अगं मोठे झालेत ते आता... तूही मोठी होते आहेस... आता असं दंगामस्ती करणं बरं दिसत नाही'' अचानकच हे दोघे इतके मोठे कसे काय झाले? शुभाला कळलंच नाही. जेवणाची एकत्र पंगतही आता सणावारीच होई, एरवी जो तो आपल्या सवडीनं जेवून घेऊ लागला.

एके दिवशी सकाळी शुभा जागी झाली तर शेजारी आई नाही. डोळे चोळत आईला शोधत ती स्वयंपाघरात गेली. ''आई कुठे आहे?'' असं काकूला विचारलं तर ''अगं, तुझा अरुणमामा वारला म्हणून आई-बाबा पहाटेच अकोल्याला गेले.'' काकू म्हणाली.

''अगं पण, अरुणमामाचं लग्न करायचं होतं अजून...तो काही म्हातारा नव्हता झालेला, असा कसा गेला तो...?'' भावनातिरेकानं शुभाचं बोलणं हुंदक्यात अडलं होतं... तिची मनःस्थिती जाणून काकूनं तिला जवळ घेतलं, समजावलं... कितीतरी दिवसांनी काकू तिला आपलीशी वाटली. पूर्वी लहान असताना काकू तिचे खूप लाड करायची. न्हाऊ-जेवू घालायची. गौरीसारखी नटवून देवळात घेऊन जायची. सणावारी नव्या बांगड्या, फ्रॉकला कापड आणायची. एकदा तर स्वतःच्या जरीकाठी साडीचा परकर-ब्लाउज काकूनं स्वतः तिच्यासाठी शिवला होता. काकूच्या मंजूषाच्या जन्मापर्यंत हे असंच चालायचं. पुढे शुभाचे लाड थोडे कमी झाले, पण एकत्र कुटुंबात ते फारसं जाणवलंही नाही. उलट आत्तापर्यंत लहान असलेल्या आपण 'ताई' झालो म्हणून बाळाच्या आसपास रेंगाळण्यात शुभाचा वेळ मजेत जाऊ लागला.

आत्ताही पंधरा दिवस आई-बाबा अकोल्याला गेले तर छोट्या मंजूला काकांकडे देऊन, शुभाला कुशीत घेऊन काकू झोपू लागली. काकू अजून आपलीच आहे असं शुभाला वाटायचं.

अरुणमामाचे दिवसकार्य झाल्यावर आई-बाबा परतले. आईशी या विषयावर जास्त बोलायचं नाही, तिला वाईट वाटेल असं काकूनं समजावलं होतं. त्याप्रमाणे शुभा वागली. पुढे दोनच महिन्यांत तरुण मुलाच्या मृत्यूनं हादरलेले शुभाचे आजोबाही वारले. त्या वेळी समंजसपणानं आईचे डोळे पुसत, ''मी काकूजवळ राहीन नीट. तू माझी काळजी करू नको,'' असा शुभानं तिला निरोप दिला.

पुढे सहा महिने गेले असतील नसतील, एका सकाळी शुभा दचकून जागी झाली ती बाबा आणि काकांच्या चढलेल्या आवाजामुळे...शेतावरच्या खर्चावरून दोघांची वादावादी सुरू होती. काका खूपच संतापून बाबांशी बोलत होते. असं कधी घडलं नव्हतं. काकांची कोर्टातली नोकरी आणि आजोबांसोबत बाबांचं शेती सांभाळणं ही अलिखित विभागणी इतकी वर्षं बिनबोभाट सुरू होती. मात्र आजोबांच्या जाण्यानंतर धुसफूस सुरू झाली होती. स्वयंपाकघरातही पूर्वीसारखं आनंदी वातावरण नसायचं. साहजिकच मुलंही बावरल्यासारखी, बिचकल्यासारखी वागू लागली. शुभा तर वयाच्या अतिशय नाजूक वळणावर उभी होती, तिला हे सगळं खूप अवघड वाटायचं.

एके दिवशी शुभाच्या बाबांनी तिच्या आईला फर्मान सोडलं, ''लतिका, सामान आवरायला घे. आपण अकोल्याला जातोय, कायमचे...तिथे तुझ्या आईला आपली जास्त गरज आहे.'' खरंच होतं तेही...आजी एकटीच होती घरात आणि अरुणमामा आणि आजोबांच्या अचानक जाण्यामुळे पेठेतल्या दुकानाची घडीही विस्कळीत झाली होती. त्यामुळे बाबांनी हा निर्णय घेतला होता. एकत्र कुटुंबातल्या बिघडलेल्या वातावरणात राहण्यापेक्षा आपल्या वाटणीची शेती आणि गावातलं घर विकून ते तिघं अकोल्याला आले. सुरुवातीला सारं नवखं-परकं वाटत होतं; पण हळूहळू शुभाला हे सारं अंगवळणी पडू लागलं.

पण अजूनही कधीतरी वारणा नदीकाठावरचं आपलं शेत, तिथलं आंब्याचं झाड... घरातला झोपाळा तिला स्वप्नात खुणावत असे. भाऊबीज, राखीपौर्णिमेला विजूदादा -संजूदादासाठी घशात आवंढा दाटत असे. आपल्याला भावंड नाही, हे प्रकर्षानं जाणवत असे. गावाकडची भरल्या घरातली दसरा-दिवाळीची धमाल, गौरी-गणपतीची आरास आठवून चुकल्यासारखं वाटे. पण हे सारे विषय उघडपणे कुणाशी बोलताही येत नसत.

वर्षं भराभरा चालत राहिली. शुभाचं लग्न झालं. अकोला सोडून ती अमरावतीला आली. श्रीनाथबरोबर संसारात रमली. वल्लभच्या जन्मानं त्यांचा संसार बहरला. 'दुसरं मूल नको' असा श्रीनाथचा विचार होता; पण मूळ घरातून चुलत भावंडांपासून तुटल्यामुळे एकुलतेपण किती त्रासदायक होऊ शकतं, हे शुभानं अनुभवलं होतं. त्यामुळे शुभाच्या

इच्छेनुसार वैभवीचा जन्म झाला. एका अर्थी संसाराचं चौकोनी चित्र परिपूर्ण झालं. या दोन्ही नातवंडांच्या कोडकौतुकात शुभाच्या आई-बाबांना खूप आनंद मिळत होता. एकत्र कुटुंबातून बाजूला पडल्यापासून मधली काही वर्षं असा निखळ आनंद ते जणू विसरूनच गेले होते. शुभाच्या सुखी संसाराकडे पाहून ते आता त्या सलणाऱ्या आठवणी विसरू पाहत होते.

एके दिवशी बाबा नेहमीप्रमाणे दुपारच्या वेळी दुकानातून जेवणासाठी घरी आले आणि पाहतात तर शुभाच्या आईला हृदयविकाराच्या धक्क्याने देवाज्ञा झालेली...ते दृश्य पाहून शुभाचे बाबा हादरून गेले. 'घरात दुसरं कुणी असतं तर लगेच काही उपचार करणं शक्य झालं असतं, ती वाचली असती' असं वारंवार शुभाला अपराधी स्वरात बोलून दाखवू लागले. त्यांच्या एकटेपणाची आणि हळव्या झालेल्या मनःस्थितीची काळजी शुभाला आईच्या वियोगाइतकीच तीव्रतेनं वाटू लागली.

अखेर पंधरा दिवसांनंतर त्यांना हट्टानं शुभा अमरावतीला आपल्या घरी घेऊन आली. वल्लभ-वैभवीच्या दंगामस्तीमुळे त्यांना दुःखाचा थोडा विसर पडेल असं तिला वाटलं. पण एकदा सकाळी बाबांना अंथरुणातून उठताच येईना. त्यांची डावी बाजू लुळी पडली होती. आता मात्र शुभा त्यांना एकटं राहू देणार नव्हती. तिनं त्यांची मनापासून सेवा केली. औषधोपचार केले. कधीकधी बाबांचे डोळे भरून येत. शुभानं कारण विचारलं की अस्पष्ट शब्दांत, बोबड्या भाषेतून गावाकडची, शेताकडची काहीतरी आठवण सांगत. खरंतर हे सारं मागं पडून कितीतरी वर्षं झाली होती. घरची शेती सोडून आल्यानंतर सासुरवाडीची दुकानदारीही त्यांनी उत्तमरीत्या सांभाळली होती; पण आपल्या मातीचा सुवास ते विसरू शकले नव्हते. आपल्या माणसांचा वावर त्यांच्या मनात अजूनही होता. शाळेत जाणाऱ्या विजू-संजूपासून ते गोठ्यातल्या गायीच्या कालवडीपर्यंत सारं त्यांना जसंच्या तसं आठवत होतं.

एके दिवशी बाबांकडून त्या जुन्या आठवणी ऐकताना ओलावलेले आपले अन् बाबांचेही डोळे पुसताना तिनं विचारलं, "विजू-संजूदादाला भेटावंसं वाटतंय का?" त्यावर त्यांनी निग्रहीपणानं नकार दिला. शुभानंही तो विषय मग वाढवला नाही. पुढे बाबा गेले त्या वेळी मात्र तो निरोप त्यांना कळवायची व्यवस्था शुभानं केली. मागचं सारं

विसरून ते दोघंही काकांना तिलांजली द्यायला आले. आई-बाबांच्या जाण्यामुळे आपलं माहेर संपलं, अशी पोरकेपणाची जाणीव शुभांगीला घेरून राहिली होती. अशा वेळी त्यांचं सांत्वन तिच्यासाठी खूप मोलाचं ठरलं. मनोमन तिनं बालपणीच्या मायेच्या धाग्यानं स्वतःला त्यांच्याशी जोडून घेतलं. 'मागच्या पिढीत जे झालं ते झालं... यापुढे आपण आपल्या बाजूनं या नात्यांच्या बाबतीत रीतीला चुकायचं नाही,' असंच तिनं मनाशी ठरवून टाकलं. त्यांच्याशी बोलताना तिला काकांचं निधन झाल्याचं कळलं. काकूही थकली असल्याचं समजलं.

संभाषणाचा हाच धागा पकडून तिनं काकूला भेटण्याची इच्छा व्यक्त केली. दोन्ही भावांनी तिचा 'जरूर ये' म्हणून निरोप घेतला. मूळ घरापासून तुटल्याची भावना गेली काही वर्षं शुभाच्या मनात भरून राहिली होती. आता मात्र मागच्या पिढीतला पीळ संपून नाती पुन्हा जुळवून घेण्याच्या आशेनं तिला हलकं वाटू लागलं. मधली सारी कटुतेची वर्षं जणू काही पुसली गेली होती.

आज अचानक संजूदादाच्या घरचं जान्हवीच्या लग्नाचं आमंत्रण पाहून तिचं मन आनंदानं भरून आलं. श्रीनाथ आल्याबरोबर त्याला हे सांगून लग्नाला जाण्याचा विचार तिनं नक्की करून टाकला. लग्नघरी चार दिवस राहण्याचा आपला मनसुबा सांगून त्याप्रमाणे श्रीनाथला तिकिटं काढून आणायला सांगितलं. श्रीनाथला आश्चर्य वाटलं. इतकी वर्षं शुभा, तिचे आई-बाबा ज्या लोकांविषयी कटुतेनं बोलत, त्यांच्या एका निमंत्रणानं शुभा इतकी हरखून कशी गेली? पण बऱ्याच दिवसांनी तिला आनंदी झालेलं पाहून त्यानं तो प्रश्न ओठांवर आणला नाही.

प्रवासाची तयारी, आहेराची खरेदी करताना शुभांगी आनंदून गेली होती. मुलांना, श्रीनाथला सोडून जाताना काळजीही वाटत होती. स्वयंपाक आणि साऱ्या घराची जबाबदारी विमलावर सोपवताना ती अनेक सूचना देत होती. मनानं मात्र बालपणीच्या विश्वात रंगून गेली होती. अर्थात, ज्या वाड्यात तिच्या बालपणीच्या आठवणी साठवल्या होत्या, तो वाडा फार पूर्वीच विकला गेला होता. पण काकांच्या हिश्शाचा शेताचा काही भाग अजून संजूदादाकडे होता. तिथे तरी जाता येईल याचा तिला आनंद वाटत होता.

खरंतर मुलांना नेऊन त्यांनाही आपला गाव, वाडा, शेत सारं तिला

दाखवायचं होतं. आपलं आंब्याचं झाड, शाळेचं पटांगण यांच्या आठवणी त्यांना अनेकदा सांगितल्या होत्या; आता ती ठिकाणं दाखवण्याची संधी आली होती. पण मुलांच्या शाळा, परीक्षा यांच्यामुळे त्यांना नेता येणार नव्हतं. त्यामुळे थोडी नाराजीही आली होती. पण आपल्याला जायला मिळतंय याचा आनंदही होता. गावातल्या जुन्या मैत्रिणी, शिक्षक-शिक्षिकांपैकी कुणी भेटतील का, अशी उत्सुकता वाटत होती.

अखेर तो क्षण आला आणि सतरा-अठरा तासांच्या दीर्घ प्रवासानंतर ती गावात पोहोचली. स्टँडवर उतरताच तिनं आजूबाजूला नजर फिरवली. गावात बराच बदल झालेला दिसत होता. तेवढ्यात संजूदादाचा संतोष तिला शोधत आला. तिनं मात्र त्याला अचूक ओळखलं, कारण तिच्या आठवणीतला संजूदादा अगदी असाच दिसायचा. त्याच्या बाइकवरून घरी जाताना तिला गावातले बदल न्याहाळता आले. तिच्या आठवणीतली कौलारू ऐसपैस शाळा जाऊन सिमेंट-काँक्रीटची अवाढव्य इमारत उभी राहिली होती. तिथल्या मोठ्या मोकळ्या मैदानाच्या जागी भव्य शॉपिंग सेंटर्स झाली होती. अपार्टमेंट्स आणि पक्क्या रस्त्यांमुळे गावाचं स्वरूपच पालटलं होतं. शुभा पाहत राहिली...जुन्या खुणा शोधताना घरी कधी पोचली, ते तिला कळलंच नाही.

उत्सुकतेनं पाहताना तिला जाणवलं, संजूदादानं शेतातलं ते पूर्वीचं घर तसंच ठेवलं होतं. नव्या सुधारणा करतानाही जुन्या गोष्टी पुसल्या नव्हत्या. दारातलं ते आंब्याचं झाड आणि जुना लाकडी झोपाळा पाहून शुभाला खूप बरं वाटलं. घरात लग्नाच्या तयारीची लगबग सुरू होती. शुभाला कुणीतरी सरबत आणून दिलं. समारंभासाठी जमलेल्या नातेवाइकांत विजूदादा-संजूदादाशिवाय फारसं कुणी तिच्या ओळखीचं नव्हतं. साहजिकच होतं ते. इतक्या वर्षांत कितीतरी नव्या ओळखी, नवी नाती यांची भर पडली होती. शुभानं मग आपणहूनच हळूहळू साऱ्यांशी ओळख करून घेतली. उत्साहानं सगळ्यात सहभागी झाली.

थोड्या वेळानं संजूदादाकडे काकूला भेटण्याची इच्छा व्यक्त केली. चापूनचोपून वेणी घालणारी, रेखून कुंकू लावणारी काकू अजून तशीच दिसत असेल का? आई-बाबा गावी गेले त्या वेळी आपल्याला कुशीत घेऊन झोपणारी काकू तिला आठवली. आता आई-बाबा कायमचे दुरावले आहेत...काकूचा तो मायेचा हात पाठीवर फिरेल का? मागच्या

पिढीतली आता फक्त काकूच आहे. तिचा आशीर्वाद फार मोलाचा आहे...

काकूच्या आवडत्या रंगाची आवर्जून आणलेली साडी तिच्या हाती ठेवून वाकून नमस्कार करताना शुभाच्या गळ्यात हुंदका दाटला होता. पण काकूच्या डोळ्यांत ना भावना होती ना ओळख. शून्यात नजर लावून ती निर्विकारपणे बसली होती. शुभानं संजूदादाकडे प्रश्नार्थक नजरेनं पाहिलं.

"ती अशीच वागते आजकाल, या साऱ्याच्या पल्याड गेल्यासारखी..." संजूदादा म्हणाला. शुभाला काय बोलावं तेच कळेना... संजूदादाला बोलवायला कुणीतरी आलं आणि तो निघून गेला. भांबावल्यासारखी काकूकडे पाहत शुभा काही वेळ उभी राहिली; पण संवाद साधण्यात काही अर्थ नाही, हे लक्षात घेऊन तिनं तिथून काढता पाय घेतला.

लग्नासाठी जमलेल्या पाहुण्यांच्यात आपुलकीनं गप्पा झाल्या त्या मंजूशी. बालपणीच्या आठवणींना उजाळा देताना मंजू म्हणाली, "शुभाताई, तू माझ्या बाहुलीसाठी किती छान कपडे शिवायचीस...आठवतंय ना?"

"होऽऽ आणि खेळताना तुला कुणी त्रास दिला की तू शुभाताईला नाव सांगेन, अशी धमकी द्यायचीस तेही आठवतंय..." शुभानं ती आठवण सांगताच दोघी जणी खळखळून हसल्या. त्यानंतर सुख-दुःखाच्या गप्पा झाल्या. नवऱ्या मुलीच्या आत्या म्हणून दोघी जोडीने मिरवल्या. लग्न झाल्यावर पाठवणी वेळी हमसाहमशी रडल्या. त्यानंतर मात्र मंजू आपल्या नवऱ्यासोबत मंगलकार्यालयातून तिच्या घरी परतली. तिच्या पाठोपाठ विजूदादाही आपल्या बायको-मुलांसह कोल्हापूरला परत गेला.

वऱ्हाडासोबत गावी परतलेल्या मोजक्या माणसांमधून शुभा संजूदादाच्या घरी परतली. लग्नातल्या गमती, कार्य व्यवस्थित पार पडल्याचं समाधान आणि आलेला थकवा यांची चर्चा करत सर्वांनी भात-पिठलं खाऊन आपली पथारी पसरली. उद्या सकाळी तासाभराच्या अंतरावरचे हे सारे पाहुणे आपापल्या घरी परतणार होते.

शुभाच्या हाताशी अजून दोन दिवस होते. उद्या गावातून फेरी मारताना जुन्या ओळखीचं कुणीतरी भेटेल का? निदान मैत्रिणींची खुशाली, त्यांचे पत्ते, फोन नंबर तरी मिळतील. संजूदादाशी मनसोक्त

गप्पा मारायच्या... संतोषला आपल्या जुन्या गमतीजमती सांगायच्या...जमलं तर काकूशीही थोडं बोलायचं... परवा दिवशी संध्याकाळी परत फिरायचं...शुभा विचार करत राहिली. अरे सगळ्या गडबडीत श्रीनाथशी नीटसं बोलताच आलं नाही. त्याला लग्नाची हकिगत कळवायची... जमलं तर संजूदादाशी बोलायला सांगता येईल. शुभानं मोबाइल उचलला आणि व्यवस्थित बोलता यावं म्हणून अंगणात गेली. फोन लावायचा पुन्हा पुन्हा प्रयत्न करत ती अंगणात फेऱ्या मारत होती.

संजूदादाच्या बेडरूमच्या खिडकीतून शुभाच्या कानावर आवाज पडला, "पाहिलंत ना, विजूभाऊजी आणि जाऊबाई कसे उपऱ्यासारखे आले लग्नाला ते? मंजूवन्संही तशाच. कामाला कुणाचा उपयोग आहे का? अहो, मी म्हणते निदान एवढ्या लांबून शुभावन्सं आल्या त्यांना तरी कुणी एखादा दिवस आपल्या घरी बोलावलं का? आमंत्रणाच्या वेळी अगदी 'शुभाला बोलावलंच पाहिजे' म्हणून आग्रह धरला होता. एकेक दिवस नेलं असतं आपल्याकडे तर काही बिघडलं असतं का? आता आपली रजा संपली...उद्या जावंच लागेल ड्यूटीवर... कसं करायचं सांगा...संतोषलाही कॉलेज आहे..."

शुभा चमकली. आपण इथे येताना पूर्वीचाच निवांतपणा गृहीत धरला होता. हक्काच्या माहेरपणासाठी चार दिवस येताना बदललेली परिस्थिती लक्षातच आली नव्हती... अचानकपणे झालेल्या या जाणिवेनं तिला ओशाळल्यासारखं वाटलं... तेवढ्यात मोबाइलवरून श्रीनाथच्या आवाजात 'हॅलो' ऐकू आलं...त्या चिरपरिचित आवाजानं शुभाला एकदम धीर आला.

श्रीनाथला लग्नाची सारी हकिगत सांगून शुभा म्हणाली, "छानच झालं लग्न...पण मी कार्यक्रम बदलते आहे थोडासा... मला जरा जयाताईंचा पत्ता एसएमएस कर ना...साताऱ्याला जावं म्हणते आहे...किती दिवस बोलावता आहेत त्या...मामी थकल्या आहेत... त्यांनाही भेटता येईल...माझी मैत्रीण निलूही आहे तिथे. तिच्याकडेही जाईन. उद्या पहाटेच निघेन इथून...देवीदर्शन घेऊन दुपारपर्यंत पोचेन त्यांच्याकडे...तू फोन करशील का त्यांना तसा? प्लीज! होऽ होऽ माझी काळजी करू नको. मी परवा दिवशी रात्री तिथूनच गाडी पकडेन...उद्या करते तुला फोन...बाय...!"

तिच्या आवाजाने बाहेर आलेल्या संजूदादाचं अवघडलेपण जाणून आवाजात सहजता आणत शुभा म्हणाली, ''अरे, तू झोपला नाहीस अजून? श्रीनाथशी बोलत होते रे... त्याची मामेबहीण साताऱ्याला असते, तिच्याकडे जाईन म्हणते उद्या... पण बाकी संजूदादा...खूप छान झालं हं कार्य...तुम्हाला सगळ्यांना भेटायला मिळालं या निमित्तानं...खूप बरं वाटलं बघ... चल... उद्या पहाटेच निघायचं आहे मला... जरा बॅग आवरायला हवी.''

दाटून आलेला हुंदका आणि भरलेले डोळे लपवण्यासाठी शुभा सामानाच्या खोलीकडे वळली. तिच्या मनात आलं... परवा परवापर्यंत स्वप्नात खुणावणारं हे घर दूर अंतरावरूनही आपलं वाटत होतं. जवळून पाहताना ते दूर गेल्यासारखं...स्वप्नवत् वाटलं. म्हणूनच आता इथून निघायला हवं. स्वप्नात का होईना या घराला पाहता यावं, म्हणून मनात जपून ठेवायला हवं...

◆

नक्कुशी

त्या नवख्या गावात...खरंतर गावापासून काहीसं दूरचं ते घर जेव्हा प्रथम पाहिलं तेव्हाच मनापासून आवडलं होतं. घर कसलं? ऐसपैस टुमदार बंगलीच होती ती. घरासभोवतीच्या बागेत हरतऱ्हेची झाडं वाढवलेली होती. फुलांनी, फळांनी ती लगडलेली होती. आमच्या आधी इथे राहणाऱ्या लोकांनी त्यासाठी खूप मेहनत घेतलेली दिसत होती. अशा या निवांत, रम्य ठिकाणी राहायला मिळणार याचा मनोमनी आनंद झाला.

घर ताब्यात मिळाल्यावर सामानाची स्थिरस्थावर होईपर्यंत पंधरा दिवस कसे गेले ते कळलंच नाही आणि मग हे नोकरीवर रुजू झाले रजा संपल्यामुळे. यांची फिरती सुरू झाली. खरंतर यांच्या फिरतीची सवय आमच्या आता अंगवळणी पडली होती. पण या नवख्या ठिकाणी मात्र मला जरा कठीणच जाणार, असं वाटत होतं. आतापर्यंत भर वस्तीत मध्यभागी राहायची सवय, ओळखीपाळखीची माणसं त्यामुळे मला एकटेपणा वाटायचा नाही. पण आता या नव्या जागी जवळपास घरंही नव्हती. त्यामुळे बोलायलाही कुणी नव्हतं.

दोन-तीन दिवस असेच बेचैनीत गेले. प्रथमदर्शनी भुरळ घालणारी या बंगल्याची निवांतता आता अंगावर येऊ लागली. भीती दाखवू लागली. घरातलं सारं काम आटोपल्यावर करायचं काय, हा प्रश्न पडू लागला. छोट्या संकेतला घेऊन घराभोवतीच्या बागेत तरी किती वेळ फिरणार? जवळपास शेजार नसल्यानं घर बंद ठेवून फार वेळ कुठं जाणंही शक्य नव्हतं. दिवस संपता संपत नव्हता.

अशीच एकदा दुपारी चहापाणी आटोपून बागेतल्या झाडांना पाणी घालत होते. संकेतला बागेतली फुलं, पक्षी दाखवत होते. इतक्यात

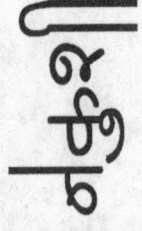

बंगल्याच्या लाकडी फाटकाचा आवाज आला. पुढे जाऊन पाहिलं, तर दोन मुली दिसत होत्या. मला पाहून त्यांतली एक जण पुढे आली. लगबगीनं म्हणाली, "बाई...बाई तुमच्याकडं काही काम हाय? धुणं-पाणी, भांडी, केर, फरशी सगळं येतंय मला. वाटलं तर तुमच्या छोट्यालाबी सांभाळीन..." पढवलेल्या पोपटासारखी ती पटापटा बोलत होती. मी तिला थांबवत म्हटलं, "अगं...पण तू कोण? कुठली? काही सांगशील तर..."

"मी...मी...नकुशी"

"नकुशी?" मी हे नाव प्रथमच ऐकलं होतं. बहुधा माझ्या प्रश्नचिन्हांकित चेहऱ्यानं तिला हे सांगितलं असणार म्हणून ती आपल्या नावाचा खुलासा करू लागली.

"म्हंजे बगा बाई... माझं अगुदर माझ्या आईला चार पोरी झाल्या. मी बी पोरगीच...म्हणून नको होते तिला. म्हणून मी नकुशी!"

बापरे! ही तेरा-चौदा वर्षांची कोवळी पोर आणि तिच्या तोंडून हे बोलणं... मला कसंसंच वाटलं. आता मी तिच्याकडे लक्षपूर्वक पाहू लागले. तिचा काळासावळा पण तरतरीत चेहरामोहरा, तजेलदार तेजस्वी डोळे आणि जरा अधिकच धिटाईनं बोलणं... मी विचारलं, "घर कुठं आहे तुझं?"

"त्या तिकडं वडारवाडीत," दूरवर दिसणाऱ्या वस्तीकडे बोट करून ती म्हणाली.

तिला थोडंसं सावध होत मी विचारलं, "पण तुला कुणी सांगितलं मला कामवाली पाहिजे म्हणून?"

"न्हाईऽऽ आम्ही याच रस्त्यानं येतो-जातो, तवा बघितलं- कोणीतरी ऱ्हायला आलंय...तवा आई म्हणली...बग जा...काम मिळतंय का..." ती भिरभिरत्या नजरेनं निरीक्षण करत होती.

"का गंऽ तुला शाळा नाही का?" मी विचारलं.

"सोडली...गेल्या साली. आई म्हनली, मोठी झालीस, आता शाळा नगं" शाळा सुटण्याची, सोडल्याची खंत नव्हे तर आनंदच तिला झाला असावा.

मला काय बोलावं, काही सुचेना. तशी तीच म्हणाली, "बाई मग उद्यापास्नं यावं का कामाला?"

"नको हे बघ, उद्या संध्याकाळी तुझ्या आईला घेऊन ये. पैशाचं पण ठरवता येईल तिच्याबरोबर." नकुशीला ते पटलं आणि आपल्या मैतरणीला घेऊन ती परत गेली.

संध्याकाळी उशिरा नकुशी आपल्या आईला घेऊन आली. नकुशीचा अन् तिच्या आईचा चेहरामोहरा बराचसा सारखाच होता. पण बघताक्षणी एक फरक जाणवत होता. नकुशीचे डोळे चौकस...त्यात हुशारीची निराळीच चमक होती. तर तिच्या आईचे डोळे भाबडे...त्या स्वच्छ, नितळ नजरेतून सरळ, साधा स्वभाव आरपार दिसत होता. तिचं नाव तंगव्वा. तिच्या बोलण्यातून नकुशीची नावाची कथा... घरची परिस्थिती पुन्हा ऐकायला मिळाली. माझं सारं काम नकुशी नीट करेल असं पुन्हा पुन्हा मला सांगून पैशाचं ठरवून त्या दोघी परत गेल्या. मोलकरीण मिळाल्याच्या आनंदापेक्षा थोडी सोबत मिळेल, याचाच मला आनंद झाला.

ठरल्याप्रमाणे दुसऱ्या दिवशी सकाळी स्वच्छ अंघोळ, वेणी आवरून नकुशी दारात हजर झाली. अगदी सकाळच्या चहाच्या कपबशा धुण्यापासून ती कामाला सुरुवात करायची. केरवारे, भांडी धुणं, फरशी पुसणं सगळी कामं चटपटीतपणानं उरकून परत मला स्वयंपाकात मदत करायची तिची तयारी असायची. दुपारच्या वेळी छोट्या संकेतला खेळवायची तीही मोठ्या आवडीनं. नकुशी येऊ लागल्यापासून मी अगदी निर्धास्त झाले होते. दिवसभराच्या तिच्या वावरानं मला चांगलीच सोबत होत होती. घरात सर्वत्र वावर असूनही कुठे चार-आठ आणे सापडले तरी मला आवर्जून आणून देई. तिच्या कामसूपणाचं, प्रामाणिकपणाचं आमच्या घरातल्यांनाच नाही, तर अगदी आल्या-गेल्यालाही कौतुक वाटे. हळूहळू तिचं खाणं, जेवण सगळं आमच्यातच होऊ लागलं. संध्याकाळी संकेतबरोबर शुभंकरोती, छोटी छोटी स्तोत्रं म्हणणं, त्याच्या 'नर्सरी पोस्ट'देखील ती शिकली. हळूहळू नकुशी आमची फॅमिली मेंबरच झाली. दिवाळीच्या आमच्या कपडेखरेदीत तिचीही खरेदी होऊ लागली. एखाद्या दिवशी ती आली नाही तर आम्हाला चुकल्याचुकल्यासारखं वाटे. हे तर माझी नेहमीच चेष्टा करत की आता या 'नकुशी'चं नाव बदलून तू 'हवीशी' ठेवून टाक. कारण नेहमी ती तुला हाताशी हवी असते. खरंच तिच्यावाचून माझं पातं

हलेनासं झालं होतं.

वर्ष-दोन वर्षं अशीच गेली. एकदा ओळीनं चार दिवस ती आली नाही. मी रोज तिची वाट पाहायची. पण तेवढ्यासाठी वडारवस्तीतलं तिचं घर शोधून काढावं, असं वाटेना. तब्येत बिघडली असेल; येईल काही दिवसांनी, असं वाटे. मग संध्याकाळी तंगव्वा आली. मी तिला नकुशीविषयी विचारलं तर म्हणाली, "बाई, आमचं थोरलं जावई आलं हुतं. थोरल्या लेकीचं आप्रेशन हाय. लई आजारी हाय ती. तवा मदतीला नकुशीला न्हेतो म्हनलं. चार लेकरं बाळं हाईत घरी. त्यास्नी जेवाया घालाय नको?"

"अगं पण नकुशीला जमेल सगळं?"

"तर! आता का न्हान हाये? चवदावं सरलं की, हां आज मुद्दाम सांगाय आलो की आता चार सा म्हैनं तरी ती येत न्हाई. तुमी दुसरी कुणीतरी बगा कामाला. मी बी केलं असतं पर माझी शेरडं-करडं, घरचं काम, न्हाई व्हायाचं माझ्यानं...तवा..."

असेच दिवस जात होते. घरकामाला बाई मिळाली; पण जुजबी काम करणारी- नकुशीसारखं आपलेपणानं नाही.

जवळजवळ वर्षभरानंतरची गोष्ट. बाहेर अंगणात खेळताना संकेत अचानक आत येऊन सांगू लागला,"आई, नकुताई आली आहे. तिच्या घरी जाताना दिसली मला."

ऐकून मला बरं वाटलं. म्हटलं येईल आता भेटायला. दोन-चार दिवस वाट पाहिली. नकुशीचा पत्ता नाही. अखेर एके दिवशी निरोप पाठवून तिला भेटायला बोलावलं.

संध्याकाळी नकुशी आली. तिचा सगळा नूरच पालटला होता. वर्षापूर्वीपर्यंत एवढीशी दिसणारी, फ्रॉकमध्ये वावरणारी नकुशी एकदम साडीत आली होती. पिवळीजर्द साडी, लालभडक बटबटीत डिझाइनचा ब्लाउज, ओठांना भडक लिपस्टिक, फॅशनेबल केशरचना...नकुशी अंतर्बाह्य बदलली होती. हातातल्या पिवळ्या-लाल बांगड्यांशी चाळा करत बोलण्याची लकब नवीनच दिसत होती. त्या स्वस्तातल्या नि भडक बांगड्या काळ्या सावळ्या नकुशीच्या हातावर विसंगत दिसत होत्या.

तिचा तो अवतार पाहून 'पुन्हा माझ्याकडे कामाला येशील का' हा

प्रश्न विचारायचं धाडस मला झालं नाही. मी आपलं अंदाज घेत प्रश्न टाकला... "आता काय करायचं ठरवलं आहेस?"

त्याबरोबर नकुशीनं लागलीच उत्तर दिलं..."अपारमेंटच्या बांधकामावर जाणार हाय. लई चांगला पैसा देत्यात म्हनं. दाजींचा मैतर हाय तिथं. तो बोलावतोय कामावर..." एकूण नकुशीचं सारं जगच बदललेलं दिसत होतं.

यानंतर नकुशी बांधकामावर जाऊ लागली. कामावर न्यायला आणायला नकुशीच्या दाजीचा मैतर वेळीअवेळी फटफटी घेऊन येऊ लागला. हे सारं प्रकरण मला वेगळंच वाटत होतं. तंगव्वाला- नकुशीच्या आईलाही ते फारसं रुचत नसावं. एके दिवशी सांगत होती "काय करू वैनी, कळतंच न्हाई, पोरीला चैनीची लई चटक लागलीया. जवा बगावं तवा त्या मारुत्यासंगं फटफटीवर फिरत असतीया. शिनेमे काय बगत्यात, हाटेलात काय जात्यात. पोरीचा समदा एबावच बदललाय. तिच्या बालाबी काय सांगायची सोय न्हाई. म्हनत्यात, तू तिला काई बाई बोलू नगंस. ती पैसं मिळवती म्हनून आपन भाकरतुकडा खातो. खरंच हाय, गेल्या साली पाय मोडल्यापासून तेबी बसून असत्यात. पर असं किती दिस चालायचं. बाई, तुमी तर समजवा पोरीला. बाईची जात काचेच्या काकणावानी...कचकली की गेली. हिच्या असल्या वागण्यानं नौरा तरी कसा मिळंल?"

माझ्याही मनात नकुशीचे विचार होतेच. आता तिच्या आईनंच सांगितल्यावर खरंच तिला समजावंसं वाटत होतं; पण भीतीही वाटत होती. ती आपलं म्हणणं ऐकेल, याची खात्री वाटत नव्हती. पूर्वीची नकुशी असती तर समजावलं असतं; पण आता तरुणपणाचं वादळ तिच्याभोवती घुमत असताना ती कुणालाच जुमानत नव्हती. पण एके दिवशी धीर करून तिच्याकडे जायचं, तिला चार गोष्टी सुनवायच्या, असं ठरलं. घर बंद करून बंगल्याचं गेट लावत असतानाच जवळून कर्कश्श हॉर्न वाजवत एक स्कूटर भरधाव गेली. पाहिलं तर, नकुशी कुणा वेगळ्याच मवाल्याबरोबर निघाली होती. अंगावर भडक चकचकीत साडी, ओठावर लालभडक लिपस्टिक थापलेली आणि काजळानं भरलेल्या डोळ्यांतून तारुण्याचा उन्माद ओसंडत...अवघ्या जगाबद्दलची बेपर्वाई ओथंबलेली...आपल्या नव्या मैतरासोबत त्याच्या गळयात हात

टाकून...धुरळा उडवीत नकुशी खूप दूरवर गेली होती. चक्री वादळात भरकटत गेली होती. हे वादळ थोपवणं आता अवघड नव्हे, तर अगदी अशक्य होतं...

◆

बंध रेशमाचे

'नंदू येणार' हे कळल्यापासून माई आणि तात्यांची लगबग सुरू झाली होती. साहजिकच होतं ते! चार-पाच वर्षांपूर्वी पाहिलं होतं नंदूला. आता त्याला भेटण्यासाठी मन अधीर झालं होतं दोघांचंही. नंदू म्हणजे 'आनंद'. माई-तात्यांचा एकुलता एक मुलगा. अगदी अभिमान वाटावा असा हुशार आणि आज्ञाधारकही तितकाच!

"तात्यानू, वावर साफ करून झालाय...पाटानं पानीबी सोडलंय...मी जेवून येतंय हो!" रामा कुळवाडी तात्यांना सांगत होता. क्षणभर झोपाळा थांबवून तात्यांनी मान हलवली आणि लगबगीनं पुढे म्हणाले, "पण लवकर ये हं. कामं पडल्येयत खूप...जरा ते आंब्याचं अढीचंही बघायला हवंय!"

रामा हसला, "येतो तात्यानू! काळजी नको." एवढं बोलून वळणार तेवढ्यात माई पदराला हात पुसत ओसरीवर आल्या. "हे काय रामा? जेवणाची सुट्टी केलीस इतक्यात? बाबारे, दोनच दिवस उरलेत आता. घाई केली पाहिजे. उद्या येताना न विसरता 'सावि'ला घेऊन ये रे...आजच सांगून ठेव तिला..."

"हांऽहांऽ माई... नक्की सांगतो," अंगणातल्या फणसाखालचा पाचोळा गोळा करत रामा म्हणाला. "नंदूमालक येणार, घर साफसूफ दिसायला हवं, सगळं कळतं मला...मी येईन हां...येतो मी!"

लहानग्या नंदूला खांद्यावरून पाताळेश्वराच्या जत्रेला नेणारा रामा आता खरंतर थकला होता; पण नंदू येणार हे कळल्यापासून नव्या उत्साहानं कामाला लागला होता. त्याच्या बायकोला- साविला हाताशी धरून माईंनीही जोरदार तयारी सुरू केली होती. साफसफाई, रंगरंगोटी, फराळाचे पदार्थ या साऱ्यांनी घराला जणू लग्नघराचं रूप आलं होतं.

फराळाचे पदार्थ पाहून तात्यांनी त्यांची मनसोक्त चेष्टा केली. ''अरे वाऽ वा! लेक येणार म्हणून दिवाळीच मांडलीय जणू!'' ते म्हणाले.

''खरं सांगू? गेल्या पाच वर्षांत दिवाळी नावाचीच झाली. घर म्हणून नैवेद्यासाठी केलं खरं फराळाचं; पण त्यात मनच नव्हतं बघा.'' माईंनी हळूच डोळे टिपले. तात्यांचीही अवस्था वेगळी नव्हती. गेले पंधरा दिवस रोज दिवस मोजणं सुरू होतं. आता नंदूचं येणं दोन दिवसांवर आलं होतं. सूनबाई आणि मुलांना घेऊन त्यांचा नंदू अमेरिकेहून सरळ घरी येणार होता. काही दिवस त्यांच्यासोबत राहणार होता. या साऱ्या कल्पनेनं त्यांचं दोघांचं काळीज सुपाएवढं झालं होतं.

नंदूच्या बालपणीच्या आठवणींची उजळणी वारंवार होत होती. शाळेत नंदू सगळ्यांचा लाडका 'गुणी विद्यार्थी' होता. सातवीपर्यंत गावातल्या शाळेत शिक्षण झाल्यावर आठवीपासून शिक्षणासाठी त्याला परगावी राहावे लागले होते. हॉस्टेलला राहावे लागले होते. महिन्यातून एकदा घरी यायला मिळे. तो परत जाऊ लागला की माईंना भावना आवरणे कठीण होई. त्या वेळी तात्या त्यांना बजावत असत. ''आपल्या मोहापायी मुलाच्या पायात बेडी घालू नको.'' नंदूच्या भवितव्याचा विचार करून माईही मन घट्ट करत त्याला हसतमुखाने निरोप देत.

उच्च शिक्षणासाठी नंदू पुण्याला राहिला. त्यानंतर त्याला मुंबईच्या एका मोठ्या कंपनीत छानशी नोकरीही मिळाली. तिथेच त्याला 'अस्मिता' भेटली. माई-तात्यांना ही बातमी सांगत त्यानं त्यांची परवानगी मागितली. खरंतर नंदूला नोकरी लागल्यांतर मनपसंत सून शोधण्याची स्वप्नं माईंना पडू लागली होती. 'आपल्या भागातली छानशी मुलगी' पाहण्यासाठी त्यांनी तात्यांमार्फत गुरुजींना सांगितलंही होतं. मात्र माई-तात्यांचे मनसुबे हवेतच विरले होते.

''नंदू, प्रेमबीम ठीक आहे तुझं; पण लग्न म्हणजे जन्माची जोड... पूर्ण आयुष्य एकत्र काढायचंय. नीट विचार केला आहेस ना?'' तात्यांनी त्यांच्या पद्धतीनं सावध विचार व्यक्त केला. ''अरे, ती इंग्लिश शाळेत शिकलेली, बड्या घरातली मुलगी. नाकापेक्षा मोती जड नाही ना होणार?'' माईंनी काळजी बोलून दाखवली. पण नंदूनं नेहमीच्याच पद्धतीनं दोघांची समजूत घातली तशी ''नवरानवरीची पसंती महत्त्वाची. आपण चार दिवसांचे पाहुणे, रोज त्यांनाच एकमेकांसोबत

राहायचंय,'' असं म्हणत लग्नाला मान्यता दिली.

अस्मिता आणि आनंदचा विवाह मुंबईत मोठ्या थाटात पार पडला. माईंची सारी हौस पुरवली गेली. अस्मिताच्या घरच्यांनी केलेल्या आदरातिथ्यामुळे माई-तात्या तृप्त झाले. रीतीप्रमाणे नवदांपत्याला आपल्या घरी ते घेऊन आले. सत्यनारायणाची पूजा झाली. त्या चार दिवसांच्या वास्तव्यात नव्या सुनेचं कोडकौतुक पुरवण्याचा माईंनी आपल्या परीनं प्रयत्न केला; अस्मिता मात्र त्या वातावरणात रमलीच नाही, असं त्यांना वाटत राहिलं.

चार दिवसांनी आनंद-अस्मिता मुंबईला परतले. माई-तात्यांचा दिनक्रम पूर्वीप्रमाणे सुरू झाला. दर आठवड्याला आनंदचा फोन येई, खुशाली विचारली-सांगितली जाई. दर महिन्याला पूर्वीप्रमाणे त्याची मनीऑर्डर येत होती. त्यांच्या नव्या संसाराला पैशाची अधिक गरज आहे, त्यामुळे त्यानं आता पैसे पाठवू नयेत, असं तात्यांनी सांगितलेलं असूनही आनंदची मनीऑर्डर चुकत नसे. प्रश्न पैशाचा नव्हता; पण मुलाला आपली काळजी आहे, हा विचार माई-तात्यांना सुखवत होता.

दर वर्षी उन्हाळ्यात घरचे आंबे पोचवायला तात्या मुंबईला जात, तर अधेमधे आलेल्या आनंदबरोबर माई कधी फणस, आंबापोळी, पोह्याचे पापड असा कोकणी मेवा पाठवत. मात्र दर वर्षी दिवाळीचे पहिले दोन दिवस सोडले तर अस्मिता कधीच माईकडे राहायला आली नाही. सुनेवर लेकीसारखी माया करण्याची माईंची इच्छा मनातच राहून गेली. यथावकाश आनंद-अस्मिताला गोंडस मुलगी झाली. रीतीप्रमाणे तिचंही बारसं मुंबईत थाटात पार पडलं. त्यांच्या घराण्यात दोन पिढ्यांनंतर मुलगी जन्माला आल्याचा आनंद माई-तात्यांनी गावात पेढे वाटून साजरा केला.

अनुजाच्या जन्मानंतर वर्षभरातच आनंदला बढती मिळाली. आपल्या बायको-मुलीसह तो दिल्लीला राहायला गेला. दिल्लीचं अंतर दूर त्यामुळे त्यांच्या भेटीगाठीतलं अंतरही वाढलं. पण फोनवरची साप्ताहिक भेट व महिन्याची मनीऑर्डर मात्र न चुकता सुरू होती. समाधानी वृत्तीच्या माई-तात्यांना तेवढंच खूप वाटे.

दिल्ली शहराचं वर्णन माई-तात्यांनी आनंदकडून फोनवर खूप ऐकलं होतं. आनंदला मुलगा झाला, तेव्हा मात्र त्यानं माई-तात्यांसाठी

विमानाची तिकिटं पाठवून आग्रहानं बोलावून घेतलं. महिनाभराच्या त्या वास्तव्यात मनसोक्त दिल्ली दर्शन केलं. आनंद, अस्मिता-अनुजा यांना आपल्या हातचे सुग्रास पदार्थ खाऊ घातले आणि छोट्या नातवाचं 'आदित्य'चं रूप मनात साठवत दोघं गावी परतले. यानंतर वर्षभरातच आनंदला अमेरिकेत त्याची कर्तबगारी दाखवण्यासाठी संधी चालून आली. तेव्हापासून गेली काही वर्षं त्या सर्वांशी माई-तात्यांची केवळ फोनवरच भेट होई. पंधरा दिवसांपूर्वी आनंदनं अमेरिकेतला बाँड संपवून भारतात परत येत असल्याचं त्यांना कळवलं होतं. काही दिवसांसाठी गावी येत असल्याचं कळवलं आणि माई-तात्यांच्या आनंदाला उधाण आलं. आज तो दिवस प्रत्यक्षात उजाडला होता.

नंदूच्या येण्याची वेळ झाली तशा तात्यांच्या येरझाऱ्या सुरू झाल्या. माईंची लगबग सुरू झाली. प्रत्यक्षात त्या चौघांना दारात पाहताच माईंच्या भावना अनावर झाल्या, भरल्या डोळ्यांनी त्या नुसत्या पाहतच राहिल्या. अखेर प्रसंगावधानानं सावित्री पुढे झाली. सर्वांवरून तांदूळ ओवाळून टाकत 'इडापिडा टळो' म्हणत दृष्ट काढून टाकून सर्वांच्या पायावर पाणी घातलं. माईंनी केलेल्या श्रीखंड-पुरीच्या जेवणामुळे सारे जण सुस्तावले आणि वामकुक्षीच्या मार्गाला लागले.

संध्याकाळी उन्हं उतरल्यावर आदित्य आणि अनुजा डोळे चोळत जिन्यावरून खाली आली. माईंना पाहातच आदित्यनं विचारलं, "हाय ग्रँडमा, डॅड कुठे आहे?" अनुजा लगेच त्याला समजावत म्हणाली, "अँडी, कॉल हर 'आजी' डॅडनं काल सांगितलं आहे किनई?"

"ओके ॲना, सॉरी आजी!" आदित्य माईंकडे बघून म्हणाला. दुपारी भरपेट जेवण झाल्यावर नंदूनं पडवीतल्या ऐसपैस झोपाळ्यावर ताणून दिली होती. माईंनी आदित्यला ते दाखवलं. 'वॉव' करत तो झोपाळ्याकडे पळाला. पितळी कड्यांवरून हात फिरवत म्हणाला, "सो नाइस! आजी डॅडच्या चाइल्डहूडपासून आहे ना हा झोपाळा? डॅड सांगतो, किती मजा येत असेल ना? ए ॲना, कम हिअर सून!" तो म्हणाला.

"रिअली, इट इज अ बिग फन!" अनुजा त्याच्याजवळ जात म्हणाली. माई कौतुकानं दोघांकडे पाहत होत्या. कितीतरी वर्षांनी घरानं ही किलबिल ऐकली होती. एवढ्यात अस्मिताचा आवाज आला,

"अँडी, ॲना ब्रश युवर टीथ फर्स्ट! डर्टी गाईज!" तिला रागावलेली पाहताच मुलं दात घासण्यासाठी निघून गेली. "कम सून! आय ॲम मेकिंग युवर कॉफी!" तिनं बजावलं.

मुलांना इतकं छान मराठी समजत असताना अस्मिताचा त्यांच्याशी इथेही इंग्रजीत बोलण्याचा अट्टाहास का, हेच त्यांना समजत नव्हतं. स्वयंपाकघराकडे जाणाऱ्या अस्मिताच्या मागोमाग जात माई म्हणाल्या,"अगं अस्मिता, मुलांना कॉफीची सवय आहे का गं? मला माहीतच नव्हतं बघ! आत्तापुरतं दूध चालेल का? नंतर यांना सांगते आणायला." माई अपराध्याप्रमाणे म्हणाल्या.

"काही गरज नाही. वाटलंच होतं मला. मी आणलीय बरोबर," असं तुटकपणे पुटपुटत अस्मितानं मुलांना कॉफी बनवून दिली. 'काय बिनसतं हिचं सारखं?' माईंच्या मनात आलं. दुपारच्या जेवणाच्या वेळीही नंदू आणि मुलं मनापासून जेवत, गप्पा मारत होती; ही मात्र गप्पगप्पच होती. आग्रह करून माई श्रीखंड-पुरी वाढत होत्या. नंदू, मुलं मनसोक्त खात होती; पण ही मात्र 'मुलांना खोकला होईल, आता पुरे' असं म्हणून दटावत होती. नंदूनं सारंच हसण्यावारी नेल्यामुळे माई-तात्यांनीही तिकडे दुर्लक्ष केलं.

संध्याकाळी घराच्या आवारातून फेरफटका मारताना नंदूनं मुलांना नारळी-पोफळी, फणस-काजूच्या झाडांशी ओळख करून दिली. मुलं मनसोक्त बागडत होती. माई-तात्या पाहत होते. दिवेलागणीला घरात शिरताना हात-पाय धुऊन नंदूनं मुलांना आवर्जून देवघरात नेलं अन् देवाला नमस्कार करायला लावला. अनुजाला बालपणी शिकवलेली 'शुभंकरोती' म्हणायला लावली. एक-दोन छोटी स्तोत्रं आदित्यलाही शिकवली. त्या सर्वांना असं पाहून देवघरातली सांजवात प्रसन्न हसते आहे, असं माईंना वाटलं.

दुसऱ्या दिवशी सकाळी तात्यांच्या देवपूजेसाठी बागेतली फुलं आणताना मुलांचा उत्साह पाहण्यासारखा होता. लवकर अंघोळी करून नंदूसह मुलंही देवपूजा पाहायला बसली. पूजा झाल्यावर तीर्थ घेताना नंदूनं विचारलं, "तात्या, उद्या मी करतो पूजा, चालेल?"

"अरे, चालेल काय? कितीतरी वर्षांनी तुझ्या हातून देवांना स्नान मिळाल्यावर त्यांना आनंदच होईल!" डोळे मिचकावत मिस्कीलपणे

त्यांनी माईंकडे पाहिलं. या साऱ्या खेळकर वातावरणात अस्मिता मात्र अलिप्ततेनंच वावरत होती. खरंतर पहिल्या काही अनुभवांतच माई-तात्यांच्या लक्षात हे आलं होतं. तरीही माईंना वाटायचं, तिनंही हसावं, चेष्टामस्करीत सामील व्हावं; पण तसं होत नव्हतं.

संध्याकाळी आदित्य-अनुजा झोपाळ्यावर झोके घेत होते. "ओ व्हॉट अ वंडरफुल स्नॅक्स! थँक्स आजी!" माईंच्या हातून खमंग अळुवड्यांचा समाचार घेत दोघंही म्हणाले, "अॅना, टुमारो मॉर्निंग वुई विल टेक बाथ अॅट बॅकयार्ड ना? डॅडी काय म्हणाला गं? पाटामध्ये ना?" आदित्य म्हणाला. माईंनी प्रश्नार्थक मुद्रेनं अनुजाकडे पाहिलं, तसं तिनं हसून सांगितलं, "अगं, डॅडी लहानपणी पाटाच्या पाण्यात अंघोळ करायचा ना? ते ऐकून आदित्यलाही तिथे अंघोळ करावी असं वाटतंय."

"एवढंच ना? खुश्शाल जा हो, अगं ते पाणी काही खोल नाही. तुमच्या कमरेइतकंच येईल आणि संथ वाहत असतं. भीतीचं काही कारणच नाही. पोहता येत नसेल तरी मस्त डुंबता येईल आणि तात्या असतातच तिथे पोफळीच्या बागेत..."

"डन!" दोघांनी माईंच्या बोलण्यानं खूश होऊन टाळ्या दिल्या.

जिन्यावरून खाली येताना अस्मितानं सारं ऐकलं आणि म्हणाली, "काही नको. पाण्यात डुंबताना भान राहत नाही तुम्हाला! उगाच सर्दी-खोकल्याला आमंत्रण!"

"मॉम प्लीज! अगं, आम्ही स्विमिंग टँकमध्ये नाही का डुंबत? कुठे होतो सर्दी-खोकला?" अनुजा म्हणाली. "दॅट वॉटर इज प्युअर अँड कन्टेन्स केमिकल्स, सो हार्मलेस आल्सो" अस्मिता मुलांना दटावून सांगत होती.

पेपर वाचत सारं ऐकणाऱ्या तात्यांनी हसून सांगितलं, "अगं सूनबाई, तुझ्या त्या टँकच्या पाण्यापेक्षाही स्वच्छ, सुरक्षित पाणी आहे हे! अगदी नॅचरली प्युअर "

तात्यांकडे पाहत कपाळाला आठ्या घालत अस्मितानं मुलांच्या हातांतले अळुवड्यांचे बाऊल घेतले. "तेलकट खा! मनमानी करा...मॉम आहेच दुखणी काढायला..." ती तणतणली. तेवढ्यात बाहेरून आलेल्या आनंदला घेरत मुलांनी सकाळी पाटाच्या पाण्यातली अंघोळ करायचं

कबूल करून घेतलं.

"बरं आता माई-तात्या, अस्मिता सारे जण इकडे या. आत्ताच मी गुरुजींकडे जाऊन आलो आहे. परवा दिवशी आपण सर्व जण पाताळेश्वराला जातो आहोत!" नंदू साऱ्यांना बोलावून सांगू लागला.

"अरे, ते कसं शक्य आहे? तुम्ही चौघे जण जाऊन या हं अवश्य!" तात्या म्हणाले.

"खरंच तुम्ही जाऊन या. आम्ही दोघं घरी थांबू. शिवाय तुमच्या अंघोळी वगैरे होईपर्यंत मी नैवेद्यही करून देईन. संध्याकाळी उशीर होईल तुम्हाला यायला. त्या वेळी गरमागरम जेवणही तयार ठेवेन," माई म्हणाल्या.

"माई, बैस इथे. अगं किती करशील? एक दिवस सुट्टी तुझ्या स्वयंपाकाला. मी सगळी सोय करून आलो आहे. तू फक्त ऐक पाहू. मला सांग, किती वर्षं झाली तुला पाताळेश्वराचं दर्शन घेऊन? "

माईंचा गळा दाटून आला. "खरंय रे बाबा तुझं. मला कोण नेणार रे? वर्षातनं एकदा हे जातात कुणाच्या तरी सोबतीनं. मी थांबते घरी. इथूनच हात जोडते, सणावारी नैवेद्य दाखवते. मनातल्या मनात प्रार्थना करते, झालं!"

"म्हणूनच म्हणतो, आपण सर्वांनी जायचं," नंदू म्हणाला.

"अरे पण बैलगाडीतनं, नाहीतर बसनं धक्के खात जावं लागतं रे. जमेल का हे सगळ्यांना?" तात्या म्हणाले.

"तात्या, कालच शेजारच्या वाडीतल्या खारकरानं ट्रॅक्स घेतली आहे. बरोबर सात वाजता त्याला यायला सांगितलंय, आवरेल ना आपलं?"

"अरे, पण इतक्या लवकर नैवेद्याचा स्वयंपाक...." माई.

"माई घैसास गुरुजींच्या घरून नैवेद्य, आपल्या सर्वांचं जेवण येईल. काळजी करू नको. आपण फक्त दर्शन घ्यायचं, निवांतपणे!"

आनंदच्या धोरणीपणाचं, नियोजनाचं कौतुक वाटून माई-तात्या परस्परांकडे पाहतच राहिले. नंदू लहानपणीच्या आठवणीत शिरून मुलांना पाताळेश्वराचं वर्णन सांगत होता.

दुसऱ्या दिवशी सकाळी पाटाच्या पाण्यात मनसोक्त डुंबत नंदूसह मुलांनी अंघोळी केल्या. 'आता पुरे' म्हणून त्यांना बोलवायला गेलेल्या

अस्मिताच्या अंगावरही त्यांनी पाणी उडवले. क्षणभर का होईना पण तिच्या चेहऱ्यावर हसू खुललेलं पाहून माईंना बरं वाटलं. त्यानंतर नंदूनं साग्रसंगीत देवपूजा केली. माईंनी केलेल्या उकडीच्या मोदकांचा नैवेद्य दाखवला. कितीतरी दिवसांनी घरात प्रसन्नता भरून राहिल्यासारखं वाटत होतं.

पाताळेश्वराला जातानाही मुलांनी खूप धमाल केली. गाण्याच्या भेंड्या, जोक्स, गोष्टी... मुलांसोबत मोठमोठ्या आवाजात ओरडणाऱ्या नंदूला पाहून आपला 'हायली क्वालिफाइड, वेलमॅनर्ड' नवरा कुठे हरवला, असा अस्मिताला प्रश्न पडला होता. उंचसखल रस्त्यामुळे बसणाऱ्या हादऱ्यांनीही मुलांना मजा वाटत होती. नंदूचं मुलांना माहिती देणं सुरूच होतं. ''पूर्वी बरं का अनू, हा डोंगर चढून, उतरून जावं लागायचं. रामूकाकांच्या खांद्यावर बसून मी गेलो आहे कित्येकदा...माई, आता बघ कसा देवळापर्यंत रस्ता गेला आहे ते...''

अस्मिता मात्र ट्रॅक्सचे हादरे, उडणारी धूळ या साऱ्यामुळे हैराण झाली होती. त्याहीपेक्षा आपला नवरा, मुलं यांच्या वागण्यामुळे ती हतबल झाली होती. इथे आल्यापासून तर जास्तच चेकाळल्यासारखी करताहेत. आपल्याला न जुमानता मनमानीपणे वागतात. पण अजून २-३ दिवस त्यांना काही सांगून उपयोगच नव्हता. एकदा का मुंबईला गेलो, की परिस्थिती पुन्हा ताब्यात घेऊ, असा विचार करून तिनं सारं मनात ठेवून दिलं.

पाताळेश्वराच्या गुहेतला थंडावा, तिथलं पवित्र वातावरण, झुळझुळणारा झरा, या सगळ्याचा आनंद मनसोक्तपणे घेत दर्शन, अभिषेक सारं पार पडलं. नैवेद्याच्या सुग्रास भोजनाचा निसर्गरम्य वातावरणात सर्वांनी यथेच्छ आनंद घेतला. मुलं बागडत होती. माई-तात्यांना कितीतरी वर्षांनी इतका निवांतपणा मिळाला होता. झऱ्याच्या काठाशी बसून ते सारं जणू मनात साठवून घेत होते.

''कित्ती वर्षांनी आलोत नाही आपण इथं? न जाणो पुन्हा कधी येणं घडेल की नाही!'' कातर स्वरात माई म्हणाल्या.

नंदूच्या येण्यानं घर भरलं आहे, त्याची मुलं आजूबाजूला बागडताहेत म्हणून खूप बरं वाटतंय. पण आता त्यांच्या जाण्याची वेळ जवळ येत चालली म्हणून हुरहुरही वाटतेय. तात्यांचं मनही हळुवार झालं होतं.

एका फुललेल्या पांढऱ्या चाफ्याखाली अस्मिताचे फोटो नंदूनं काढले. मुक्तपणानं हुंदडणाऱ्या मुलांचेही काही क्षण त्यानं टिपले. माई-तात्यांचेही फोटो काढले पाहिजेत म्हणून त्यांच्या जवळ जाताना त्याच्या मनात आलं, 'किती छोट्या-छोट्या गोष्टींनी सुखावतात माई-तात्या!' आजवर त्यांना या सुखापासून वंचित ठेवलं मी, आता मात्र तसं करणं बरं नाही.

"अंधार होतोय, चला, ड्रायव्हर बोलावतो आहे!" अस्मिताच्या हाकेसरशी साऱ्यांची तंद्री भंग पावली. सुखाचे हे क्षण संपू नयेत असं वाटत होतं खरं; पण वेळ आपलं काम करतच होता.

रात्री मुलं आणि अस्मिता लवकर झोपली; पण नंदू मात्र माई-तात्यांशी गप्पा मारत बसला. गावातल्या कुणाकुणाच्या चौकशा, जुन्या आठवणी रंगल्या होत्या.

"नंदू बाळा, इतकी वर्षं दूरदेशी होतास. तुझ्या आठवणी मनातच काढल्या. आता मात्र इतक्या वर्षांनी इथे परतल्यावर मुलांना घेऊन घरी आलास. इतका आनंद झाला आहे, कसं सांगू तुला? गेले चार-पाच दिवस घराचं गोकूळ झालं आहे बघ! आणखी राहाल ना रे थोडे दिवस? माईंना हुंदका आवरला नाही.

माईचा हात हाती घेऊन नंदू म्हणाला, "माई, खरं सांगू? अमेरिकेत सारं वैभव हात जोडून उभं होतं; पण तुमच्या आठवणी मन कुरतडत असायच्या. या वयात तुम्हाला दोघांनाच इथे ठेवून मी इतक्या दूर गेलो. तुमची माया, नातवंडांचं कौतुक एकमेकांपासून वंचित राहतंय याची टोचणी लागली होती. म्हणूनच मुद्दाम ठरवलं की बस्स, भारतात परतायचं आणि मुंबईला जाऊन कामावर जॉईन होण्यापूर्वी काही दिवस इथे यायचं." नंदूचाही गळा भरून आला होता.

किंचित खाकरत, स्वतःला सावरत तात्यांनी विचारलं, "अरे, पण तुला कधी जावं लागेल म्हणालास?"

"दोन दिवसांनी!" नंदू म्हणाला, "पण माई, दिवाळीत मात्र नक्की येऊ हं आम्ही! तू रडणं थांबव बघू आता एकदम" इतका वेळ स्वतःला सावरण्याचा प्रयत्न करणारे तात्या डोळे पुसत, हुंदका देत म्हणाले, "अरे, या वयात हळवं होतं रे मन!" "काय हे तात्या, तुम्हीसुद्धा?" नंदूला काही सुचेना. दोघांच्या या मायेनं नकळत त्याचेही डोळे भरून

आले. माई रडतारडता हसल्या. "अरे आम्ही काय? तूसुद्धा! पूस बरं डोळे!" तिघांनाही डोळे पुसताना हसू येत होतं.

नेहमीप्रमाणे सकाळी उठून माईंची लगबग सुरू झाली. अनुजाला पहाटेच कशी कोण जाणे, जाग आली. माईंना शोधत ती पडवीपर्यंत आली. माईंनी नुकतीच पडवी सारवली होती. आता अंगण सारवणं सुरू झालं होतं. त्यांच्या कामातली एकाग्रता, लयबद्ध हालचाली पाहत ती उंबऱ्यापाशीच थबकली.

हिरव्यागार शेणाच्या एकसारख्या अंतरावर उमटणाऱ्या अर्धवर्तुळांकडे पाहत ती कौतुकानं म्हणाली, "ओ! व्हॉट अ सिमिट्रिकल वर्क, आजी!"

"अगं अगं थांब! ओलं आहे अजून, पायाला लागेल तुझ्या!"

माईंचं लक्ष जाताच त्यांनी तिला उंबऱ्यापाशीच थांबवलं.

आतून येणाऱ्या नंदूनं थबकलेल्या लेकीच्या खांद्यावर हात ठेवला, तशी तिनं त्याला विचारलं, "डॅड, धिस इज काऊडंग ना?" तिचा पुढचा प्रश्न ओळखून त्यानं शेणानं जमीन सारवण्यामागचा कार्यकारणभाव तिला समजावला. "ओ! दॅट मीन्स इकोफ्रेंडली!" ती म्हणाली.

तोवर माईंचं हिरव्यागार सारवणावर पांढरीशुभ्र रांगोळी रेखाटणं सुरू झालं होतं.

"हाऊ नाईस, आजी मला शिकवशील रांगोळी काढायला?"

"हो,शिकवेन की; पण आज नको हं बाळा, उद्या अशीच लवकर उठ हं, मग शिकवेन." माई म्हणाल्या.

"हो,पण उद्याच हं! परवादिवशी जायचं असं मॉम म्हणाली."

"डॅड, खरं तर आणखी राहावंसं वाटतंय!" अनू म्हणाली.

"अरे, मग राहा ना बेटा, मी सांगेन मॉमला." नंदू उत्तरला.

"रिअली?" आश्चर्यानं अनू डॅडकडे पाहत होती.

"येस बेटा. काय गं माई, राहू देत ना?"

"अरे हे काय विचारतोस? मी तेच म्हणणार होते खरं तर! होळी जवळ आलीय. पंधरा दिवसांनी गावची जत्राही आहे. आंब्याची अढी घातलीय. मनसोक्त आंबे खातील. गुढीपाडवा झाला की येतील मुंबईला. नाहीतरी तुम्हालाही घर लावायचंय, शाळा पाहायच्यायत ना अजून?" माई म्हणाल्या.

"ओऽ थँक्यू डॅड" आनंदानं पाठीमागून पळत येऊन आदित्य डॅडच्या पाठीवर चढला. "रिअली अॅना इट विल बी बिग फन!"

"व्हॉट विल बी अ बिग फन, नॉट अॅट ऑल, इट्स इनफ! "

"अॅना, अॅडी पॅकिंग सुरू करा. आपण उद्याच निघतोय." अस्मितानं आवाज चढवला.

"अगं पण इतका हट्ट का अस्मिता? मुलं रमलीयत इथे. राहू देत. आपल्यालाही बाकीची व्यवस्था करायला सोयीचं होईल." नंदू तिला समजावत होता.

"शाळेच्या अॅडमिशनसाठी इंटरव्ह्यूला बोलावतील, त्याची तयारी नको करायला?" अस्मिताचा आवाज चढला होता.

"कमॉन अस्मी! मुंबईच्या इंटरव्ह्यूलेव्हलपेक्षा कितीतरी पुढे आहेत आपली मुलं. यू नो दॅट!" आनंद म्हणाला.

"आनंद! तुला माहित्येय अॅडीला माझ्याशिवाय झोपायची सवय नाहीय!"

"मॉम, काल दुपारी मला किती छान झोप लागली आजीच्या चौघडीत. प्लीज...."

"ममा, वी विल मॅनेज...यू डोंट वरी...!" आदित्य म्हणाला.

मनातून अतिशय राग आलेला असूनही मुद्दामच त्याच्याकडे दुर्लक्ष करीत अस्मिता अनूला म्हणाली, "हे बघ अॅना, इथे केबल, इंटरनेट सर्फिंग नाही, पिझ्झा पास्ता मिळत नाही. चार दिवसांत कंटाळा येईल तुम्हाला..."

"नसू देत ना मॉम... आम्हाला आजोबा खूप काही दाखवतील. आपली आंब्याची बाग बघायचीय. आजीकडून कितीतरी गोष्टी कहाण्या ऐकायच्यात..आणि मॉम, इतक्या छान छान डिशेस करते आज्जी, की पिझ्झा-पास्ताची आठवणसुद्धा येणार नाही," अॅना म्हणाली. तितक्यात "प्लीज मॉम!" म्हणतच आदित्य तिच्या गळ्यात पडला. फणकाऱ्यानं त्याचे हात गळ्यातून काढून टाकत 'करा काय करायचं ते!' म्हणत अस्मिता आत निघून गेली.

मुलांकडे पाहत डोळे मिचकावत नंदू म्हणाला, "सोऽ गाईज, एन्जॉय व्हेकेशन्स!"

"अरे पण, अस्मिताला बराच राग आलाय वाटतं." माई चाचरत

म्हणाल्या.

"डोंट वरी आजी, ती सारखीच रागावते" इति आदित्य.

"खरंय त्याचं आई, तू नको लक्ष देऊ... आता पंधरा दिवस नातवंडं तुझ्या ताब्यात दिलीयत... तात्या आणि तू त्यांचे लाड तर करालच; पण आपली परंपरा, सणवार, संस्कृती.. सारं समजावून सांगाल, खात्री आहे माझी! अगं, अमेरिकेत राहिली असली तरी ती तुझीच नातवंडं आहेत आई, खरं ना?'

नंदूचं बोलणं ऐकणाऱ्या माईंच्या गळ्यात एव्हाना दोन्ही नातवंडं पडली होती... त्यांच्याकडून लाड करवून घेत होती.. नंदू डोळे भरून पाहत होता. फुलझाडांना पाणी घालणारे तात्या मनात म्हणत होते,'नंदूची मुलं अमेरिकेत राहिलेली..ती आम्हाला ओळखतील का? की परक्या पाहुण्यांसारखी जुजबी वागतील... असंच आम्हाला वाटत होतं.. पण रक्ताचं नातं दूर असलं तरी दाट असतं... हे रेशमाचे बंध नाजूक असले तरी चिवट असतात, हेच खरं!' डोळे पुसता पुसता ते मुलांना काय काय दाखवायचं, काय काय सांगायचं, याची यादी जुळवू लागले.

◆

रांगोळी

सकाळी कितीही लवकर घराचे दार उघडून बाहेर पाहिलं की समोरच्या अंगणातली सुंदर रांगोळी लक्ष वेधून घेते. मन प्रसन्न होतं, नव्या दिवसाच्या स्वागतासाठी! आणि पुढच्याच क्षणी वाटतं, समोरच्या काकूंची सडारांगोळीसुद्धा झाली? कमाल आहे! या वयातही इतका उत्साह कुठून आणत असतील त्या? नित्यनेमानं तुळशीपुढे साधं स्वस्तिक रेखतानाही माझी त्रेधातिरपीट उडते आणि काकूंच्या दारात मात्र रोज नवी नक्षी असते. लक्ष वेधून घेण्याइतकी मोठी आणि सुबक! कधी त्यात रंग भरलेले, तर कधी पाना-फुलांची सजावट केलेली. दररोज त्या त्या वाराच्या देवतेचं नाव रांगोळीच्या वरच्या बाजूला न चुकता लिहिलेलं! बरं, इतकं मन लावून सजवलेली ही रांगोळी दुसऱ्या दिवशी काही पाहायला मिळायची नाही. दुसऱ्या दिवशी वेगळ्याच प्रकारची रांगोळी. कधी ठिपक्यांची तर कधी पाना-फुलांची... सणावारी तर मोठ्या चौकोनात ससा, हरिण, हत्ती किंवा पोपट, मोर यांची अलंकारिक नक्षी काढली जायची. दिवाळीच्या चारही दिवशी मोठ्या कल्पकतेनं त्या वेगवेगळ्या रांगोळ्या काढत असत.

मला आठवलं, एखाद्या सणाच्या दिवशी मी काढलेल्या रंगीत रांगोळीचं कौतुक करून जर कुणी म्हणालं, "आता पुसू नकोस हं इतकी छान रांगोळी," तर लगेच पडत्या फळाची आज्ञा घेऊन मी पुढचे दोन दिवस ती रांगोळी तशीच राहू द्यायचे. असला आळशीपणा काकूंच्या वागण्यातच नव्हता. रोजचं कामही नियमितपणे, एका लयीत आणि सुबकतेनं व्हायचं. पहाटेच उठून भलंमोठं अंगण झाडून त्यावर सडा घालणं, आठवड्यातून एकदा शेणाचा सडा देणं, यात गेली कित्येक वर्षं

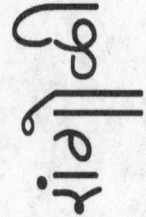

कधीच खंड पडलेला नाही.

सकाळी माझी जेव्हा मुलांना शाळेत पाठवण्याची धांदल सुरू असते, त्यांच्याबरोबर आत-बाहेर करणं सुरू असतं, त्या वेळेपर्यंत काकूंचं सडा-रांगोळी करून झालेलं असतं. झाडांना पाणी देण्याचं काम सुरू असतं. तेवढं झाल्यावर देवांसाठी फुलं काढण्याचं काम सुरू होतं. काकूंच्या घराभोवती नाना रंगांची फुलझाडं होती. त्यांची फुलं सुबकपणे हारात गुंफायचं कामही काकू नित्यनियमानं करायच्या. देवांच्या फोटोंवर ते हार रुळताना पाहून खूप प्रसन्नता वाटे. कधीही गेलं तरी काकूंचं घर नेहमी व्यवस्थित आणि चित्रासारखं सुंदर दिसे. दिवाणखान्यातल्या जुन्या खानदानी फर्निचरला काकूंच्या हातच्या कशिदाकारीनं सजलेल्या आभ्र्यांनी वेगळाच रुबाब प्राप्त झालेला असतो. ताज्या फुलांच्या मोहक रचनेनं घरातच एक तजेला भरून राहिलेला असतो. स्वतः काकूही दिवसाच्या कोणत्याही प्रहरी हसतमुख असतात.

काकूंच्या या साऱ्याच गोष्टी मला मनापासून भावतात आणि मी त्याविषयी घरात बोलायला लागले की सर्व जण माझी थट्टा करतात. मुलं तर मला त्यांची 'फॅन' म्हणून चिडवतात. पण खरंच काकूंचं व्यक्तिमत्त्वच आहे तसं! कितीतरी गोष्टी त्यातून शिकण्यासारख्या आहेत. एकदा मी माझ्या शेजारणीला म्हटलं, तसं त्यावर ती नाक मुरडून म्हणाली, ''अगं कामच काय असतं त्यांना? एकटा जीव सदाशिव! ना कुणी पसारा घालणारं, ना कुणी 'जेवायला वाढ' म्हणणारं! सारा वेळ स्वतःला आणि घराला सजवण्यातच घालवायचा!'' आणि ती निघून गेली.

क्षणभर मला कळलंच नाही, हिला काय झालं एवढं चिडायला? मग वाटलं, तिचं बोलणं अगदीच काही चूक नाही. कारण काकूंच्या घरात दुसरं कुणीच नव्हतं. दोन वर्षांपूर्वी काका गेले आणि त्या एकाकी झाल्या. पण म्हणूनच त्यांचं हे नियमित वागणं अधिक कौतुकास्पद नाही का? कुणासाठी इतकं टापटिपीनं राहायचं? घर नीटनेटकं सजवायचं? आता या वयात कोण त्यांना जाब विचारणार आहे? एखादीनं कंटाळाच केला असता; पण काकू आजही पूर्वीप्रमाणेच सर्व व्यवस्थित करतात. त्यांच्या वयाच्या बायका गुडघे दुखतात, कंबर धरली आहे अशा नाना तक्रारी करतात; पण काकू आजही नळावरून बादली भरून आणून

सडा घालतात. अंगण झाडून काढतात, खाली बसून रांगोळी काढतात. अगदी नेमानं...न कंटाळता! शेजारणीच्या कुजकट बोलण्यानं उलट माझ्या मनातला काकूंबद्दलचा आदर दुणावला.

एके दिवशी काहीतरी निरोप सांगायला काकूंकडे गेले. काकूंनी दार उघडलं आणि मला बसायला सांगितलं. स्वयंपाकघरातून खमंग वास दरवळत येऊन माझ्यापाशी पोचले. मी काकूंना म्हटलं, "गडबडीत आहात का? पाहुणे येणार आहेत वाटतं कुणी?"

"नाही गं, तू निवांतपणे बस... सवड आहे ना तुला? आणि हे बघ, आता जेवूनच जायचं बरं का?"

"अहो, नको काकू!"

"अगं थांब गं! हे बघ घरी जाऊन तू एकटीच जेवणार ना? मीही इथे एकटीच आहे... दोघी एकत्र जेवू या! आज मी मस्त शिरा-पुरीचा बेत केलाय मुद्दाम... तेव्हा आज माझं ऐकायचं, इथंच जेवायचं!"

काकूंचा तो प्रेमळ आग्रह मला मोडता आला नाही. ज्या कामासाठी मी आले होते ते बोलून झाल्यावर त्यांनी खरंच आमची ताटं वाढली. भाताची सुबक मूद, त्यावर पिवळंधमक वरण, साजूक तूप आणि लिंबाची फोड, शेजारी बटाट्याची भाजी...एवढं वाढून झाल्यावर माझ्याकडे लोणच्याची बरणी देत त्या म्हणाल्या, "आंब्याचं लोणचं आवडतं ना? घे ना वाढून!" आणि तेलाची कढई तापत ठेवून डब्यातून सांडगे - पापड काढू लागल्या.

"काकू, अहो काय करताय? कशाला हे आणखी?"

"अगं, चार सांडगे-पापड्या तळते फक्त. तुझ्या निमित्तानं मीही खाईन!"

काकू ऐकायला तयारच नव्हत्या. कितीतरी दिवसांनी असं साग्रसंगीत आयतं वाढलेलं ताट समोर पाहून मला भरून आलं. ते जाणून काकू म्हणाल्या, "अगं, अनायसे माहेरवाशीण जेवायला यावी तसं वाटलं बघ!"

"पण काकू आज काय आहे नक्की? कुठला सणही नाही."

"अगं, आज किनई वाढदिवस आहे माझा."

मला हे सारंच विलक्षण वाटलं. आश्चर्य आवरून त्यांना शुभेच्छा देण्यासाठी तोंड उघडलं तेवढ्यात काकूच म्हणाल्या, "आश्चर्य वाटलं

ना? ही म्हातारी अजून वाढदिवस साजरा करते आहे म्हणून!''

''नाही हो काकू! तुम्हाला कोण म्हणेल म्हातारी. आमच्यापेक्षाही अधिक उत्साही आहात तुम्ही आणि तशाच राहा नेहमी! हीच तुम्हाला शुभेच्छा! आधी माहिती असतं तर काही गिफ्ट नसतं का आणलं?''

''हो ना, आता केक कापायचा तेवढा बाकी राहिला आहे बघ.'' हसता हसता त्यांच्या डोळ्यात नकळत पाणी तरळलं. ''खरं सांगू, यांना शब्द दिला होता ना? म्हणून घातला हा एवढा घाट!'' काकू म्हणाल्या.

प्रश्नार्थक मुद्रेनं मी त्यांच्याकडे पाहतच राहिले, तसं काकू सांगू लागल्या...

''अगं, उमेदीची सारी वर्षं इतरांची उसाभर करण्यातच सरली. साऱ्या गोष्टींमधून थोडीशी उसंत मिळाली. वाटलं, मुलांसोबत वेळ घालवावा. पण तोपर्यंत त्यांना पंख फुटले होते, दूरदेशी उडून गेली. अचानकच एकाकीपण धावून आलं... भरल्या गोकुळाचं उजाड माळरान झालं... आम्ही दोघंच उरलो. कित्येक दिवस मी रडून काढले. पण एके दिवशी यांनीच समजावलं मला...म्हणाले, ''अगं, आजवर इतकं केलं आपण इतरांसाठी...आता आपण एकमेकांसाठी जगायचं. स्वतःसाठी जगायचं, आपला आपण आनंद शोधायचा...मला सामाजिक कार्याची आवड आहे, वाचनाचा छंद आहे, तो मी पुरा करेन...तुझ्यादेखील कितीतरी गोष्टी करायच्या राहून गेल्या असतील. त्यातला आनंद तू शोध. पूर्वी तुला भरतकाम, कशिदाकारी यांच्यासाठी वेळ मिळायचा नाही ना? आता बघ, सुरुवात केलीस की तुला कितीतरी नव्या कल्पना सुचतील...' यांच्या बोलण्याने मला नवी दिशा दाखवली. जीवन संपलं नाहीये; नव्यानं सुरू झालं आहे, अशी उमेद दिली. खरंतर माझ्यापेक्षा बारा-तेरा वर्षांनी हे मोठे होते; पण या वयातही त्यांनी माझ्यासाठी उसना उत्साह आणला होता. मला निराशेतून बाहेर काढण्याचा त्यांचा प्रयत्न होता. घर टापटीप ठेवणं, नवेनवे पदार्थ करणं, सगळीच कामं मला खूप मनापासून आवडायची. आता तर हाताशी निवांत वेळ होता, छंदही पुरे करता येत होते. मला असं रमलेलं पाहून यांनाही समाधान वाटलं. आजवर एकमेकांचा सहवास फारसा वाटणीला आलेला नव्हता. आता मात्र आम्ही खऱ्या अर्थानं सहजीवन जगू लागलो... समंजसपणानं!

गेली काही वर्षं आम्ही खरंच मनाप्रमाणे जगलो. चित्रपट, नाटकं, पुस्तकं साऱ्यांचा आनंद रसिकतेनं परस्परांशी वाटून घेतला. भरभरून जगलो. त्यांच्या शेवटच्या आजारपणात मात्र माझा धीर सुटला. त्यांच्याशिवाय मी कशी जगू शकेन या विचारानं व्याकूळ झाले. माझी ती अवस्था पाहून त्यांनी माझ्याकडून वचन घेतलं. म्हणाले, ''मी गेलो म्हणून दुःख करू नकोस. आपण एकत्रपणे जो आनंद मिळवला तो आठव. यापुढेही अशीच आनंदात राहा. राहशील ना? तुझ्या हातात कला आहे. काही ना काही करत जा. मी नाही म्हणून एकाकी वाटून घेऊ नकोस. मी काही कामासाठी बाहेर गेलो आहे, परत येणार आहे, असं समज. एकटीसाठी कुठे काय करू, असं म्हणून सणावारी उदास राहू नको. उलट माझी आठवण काढून आवडीचे पदार्थ बनवून आनंदानं खा. तुझ्या वाढदिवशीसुद्धा गोडाधोडाचं झालं पाहिजे घरात! समजलं का?'' मला लटकं रागावून ते म्हणाले. ''त्यांना दिलेला शब्द पाळण्यासाठीच आनंदात जीवन जगण्याचा प्रयत्न करते आहे.'' काकूंनी आवंढा गिळला. ''गेल्या वाढदिवसाला दूधसाखरेचाच नैवेद्य दाखवला देवाला; पण या वेळी मात्र त्यांच्या आवडीच्या शिरा-पुरीचा बेत केला. वाटलं होतं, एकटीला घास घशाखाली उतरेल का? पण देवानं धाडल्यासारखी तू आलीस आणि वाढदिवस साजरा झाला.''

काकूंचं ते बोलणं मी थक्क होऊन ऐकत होते. त्यांच्या उतारवयातल्या त्या समंजस सहजीवनाचं मनोमन कौतुक वाटत होतं. म्हातारपणी त्रागा करून एकमेकांवर राग काढणारी कितीतरी जोडपी मी पाहिली होती; पण भूतकाळातल्या चुका दुरुस्त करत उरलेलं आयुष्य सुखात जगण्याचा विचार करणारं, काका-काकूंसारखं दांपत्य विरळंच असेल. मी माझ्याच विचारांच्या धाग्यात गुंतत गेले होते. डोळ्यांत तरळणारं पाणी पुसत मी म्हटलं, ''काकू, तुम्ही खरंच ग्रेट आहात. तुमच्यासारखं होता येईल का हो मला?''

''अगं, काहीतरीच काय?'' काकू विनयानं म्हणाल्या.

''काकू, तुमचं आणखी एका गोष्टीसाठी खूप कौतुक वाटतं मला. तुमच्या रांगोळीचं...किती तन्मयतेने रोजच्या रोज सुबक रांगोळी काढता तुम्ही...कसं हो जमतं तुम्हाला?''

''अगं, त्यात काय एवढं? लहानपणापासूनच आवड होती मला.

पुढे कळत्या वयात समजलं, तुळशीसमोर रांगोळी काढतो तेवढा वेळ नकळत आरोग्यदायी हवा आपल्याला मिळते. दारातली शुभसूचक रांगोळी घरात सुखाच्या लहरी आणते. घरात येणारा माणूस रांगोळीच्या सुखद प्रभावानं सदिच्छा घेऊनच घरी येतो.''

''पण सवड कशी मिळते? आणि कंबर-गुडघे दुखत नाहीत तुमचे?''

''अगं आवड असली की सवड मिळतेच. खरं सांगू...लहानपणी इतका छान हात वळतो रांगोळीसाठी. तो सराव तसाच चालू राहिला तर आपोआप सुंदर नक्षी येते हातातून...आणि या निमित्तानं हालचालसुद्धा होते. उठण्या-बसण्यानं, वळण्या-वाकण्यानं शरीरालाही व्यायाम होतो; नाहीतर मग मात्र कंबर, गुडघे कुरकुरू लागतात. इतक्या सगळ्या गोष्टी साध्य करण्यासाठी दिवसाकाठी फक्त दहाच मिनिटं द्यावी लागतात. अगं पूर्वी दहा माणसांच्या घरात चोवीस तास कामात असायची मी. तेव्हाही हा नेम चुकला नाही.''

''पण काकू, इतक्या सुंदर सुंदर रांगोळ्या तुम्ही रोज काढता, इतकं मन लावून काढलेली ही रांगोळी दुसऱ्या दिवशी पुसून टाकायला काहीच नाही का हो वाटत?''

हसत काकू म्हणाल्या, ''अगं, त्यात काय वाटायचंय? एक रांगोळी पुसल्याशिवाय दुसरी काढता येईल का? नव्यानं काढली जाणारी रांगोळी कदाचित पहिल्या रांगोळीपेक्षा अधिक सुंदर येईल, हो ना? पण पहिलीच रांगोळी आपण पुसून टाकली नाही, तर दुसरी वेगळी आणि त्याहूनही सुंदर रांगोळी आपण काढू शकतो, हे कधीच कळणार नाही आपल्याला!''

''तरी पण रंग, पानं, फुलं यांनी सजवलेली सुंदर रांगोळी कशी पुसून टाकायची हो?''

''अगं वेडे, इतकं मन गुंतवायचं नसतं त्यात. तुला सांगू, जीवनदेखील रांगोळीसारखंच असावं...मनापासून जगायचं...कालच्या रांगोळीत मन रेंगाळलं तर आजचा दिवस कसा रंगवता येणार? चांगलं कर्म, चांगल्या भावना यांचे रंग जीवनातल्या रोजच्या रांगोळीत भरता यायला हवेत. त्याच वेळी काल केलेल्या चांगल्या कर्मांची आठवण पुसून टाकता यायला हवी. म्हणजेच त्या कर्माच्या फळाची आशा हद्दपार होईल आणि उत्साहानं नव्या सत्कर्मासाठी आज नव्यानं तयार होता येईल.

भूतकाळ पुसून वर्तमानकाळात जगता येईल. जीवनाची ही रांगोळी रोज नव्या पद्धतीनं रेखण्यातच मजा असते. टवटवीत रंगांनी ती उठावदार करायला हवी. कधी तडजोडींचे ठिपके तर कधी आनंदाची फुलं वापरून ती सुंदर करता यायला हवी. रोजचा दिवस नवी भावना, नवे अनुभव घेऊन येतो. त्याच्या स्वागतासाठी दारात रोज नवी रांगोळी हवीच ना?''

काकूंच्या रांगोळीइतकेच त्यामागचे त्यांचे विचारही सुंदर होते. उद्यापासून आपणही त्यांचं अनुकरण करायचं असं ठरवून मी मनातल्या मनात रांगोळी रेखू लागले.

◆

दान पावलं

मोरपिसांची निमुळती होत गेलेली टोपी, पांढरंशुभ्र धोतर-सदरा, लाल काठाचं पिवळं उपरणं गळ्यातून पुढे छातीवर घेऊन वासुदेव रस्त्यावरून फिरत होता. त्याच्या गहूवर्णी चेहऱ्यावर गंध-बुक्क्याच्या टिकल्यांची नक्षी शोभून दिसत होती. 'दान पावलं..गा..दान पावलं.. वासुदेवाला दान पावलं' असं गोड गळ्याने गात तो निघाला होता. या त्याच्या गाण्यात दत्त, महादेव, विठ्ठल-रखुमाई... अशी सुचतील त्या देवांची नावं जोडून ते गाणं हवं तेवढं लांबवायची कला त्याला छानच अवगत होती. या गाण्याला साथसंगत करण्यासाठी एका हातात चिपळी तर दुसऱ्या हातातल्या दोन बोटांत खुबीने पकडलेली झांज लयीत झंकारत होती. गायक-गीतकार-संगीतकार 'सबकुछ' तो स्वत: होता. त्याचं ते गाणं आणि आगळीवेगळी वेशभूषा यामुळे सर्वांचं लक्ष वेधलं जात होतं.

सकाळची वेळ आणि गजबजलेला हमरस्ता, त्यामुळे त्याच्याकडे एक कटाक्ष टाकून कामाच्या गडबडीत बहुतेकजण पुढे निघून जात होते. क्वचित कुणी एखादं नाणं त्याच्या हातावर ठेवत होतं. एखाद्या दुकानदाराने खाद्यवस्तू दिलीच तर ती झोळीत टाकत आशीर्वादाचा हात वर करत वासुदेव पुढे जायचा.

रस्ता ओलांडून वासुदेव पदपथावर आला. ओळीने दहा-बारा दुकानांची रांग होती. वासुदेव गात पुढे चालला होता. एका स्त्रीने दुकानाच्या पायरीवरून त्याला दहाची नोट दिली. हात जोडून ती स्वीकारत तो पुढे गेला. गाण्याच्या तंद्रीत...! क्षणार्धात त्याच्या काहीतरी लक्षात आलं आणि सफाईदारपणे चिपळीचा झंकार आणि टाळाचा टंकार जुळवीत 'देव नारा ऽ ये ऽ ण!' असं म्हणत

त्याने गाणं पुरं केलं. पाठी फिरला आणि त्या मघाच्या दुकानापाशी परत आला. हसून हात वर करत भरभराटीचा आशीर्वाद देत त्याने दुकान न्याहाळलं. दूध-दुग्धजन्य पदार्थ विक्रीचं ते केंद्र टापटीप, सुबत्ता नजरेत भरणारी. मघा पैसे देणारी ती स्त्री काऊंटरवर पैसे मोजत बसली होती. “ताई,” अशी हाक मारत वासुदेव दुकानाची पायरी चढला. “घसा सुकलाय बघ. थोडं दूध देतेस?” तो म्हणाला. तिने वर पाहिलं. “बसा त्या बाकावर... देते हं दूध!” आश्चर्य लपवत ती म्हणाली. उठून तिने दुधाचं पॅकेट उचललं... मग लक्षात आल्यावर एक प्लॅस्टिकचा ग्लास घेतला आणि त्यात ते सुगंधी दूध ओतून त्याच्या पुढे ठेवलं.

वासुदेवानं ते दूध पिता पिता त्या दुकानाचं निरीक्षण केलं. ती ‘ताई’ सर्व व्यवहार चोख सांभाळत होती. एक-दोन नोकर जा-ये करीत होते. दाराशी उभ्या असलेल्या गाडीत खोकी ठेवण्याचं काम सुरू होतं. ती गाडी गेली आणि ताई खुर्चीत स्थिरावली. वासुदेव बाकावरून उठला आणि ताईपुढे रिकामा ग्लास ठेवत म्हणाला, ‘बरं वाटलं ताई, देव तुझं भलं करेल!’ तिची झाकोळलेली नजर पाहून घसा खाकरत पुढे म्हणाला, ‘सारी तुझ्या कष्टाचीच पुण्याई; पण हवी तशी साथ न्हाई. तुझ्यावर खूप अन्याय झाला, पण तू पुरून उरलीस सगळ्याला. आपलं काम चोख करायचं हा तुझा स्वभाव. म्हणूनच लक्ष्मी प्रसन्न हाय तुझ्यावर...” एव्हाना आपलं अचूक वर्णन ऐकून ताईच्या डोळ्यांत पाणी जमायला लागलेलं...

“ताई, भाविक हायेस तू. परमेश्वर तुझी कायम पाठराखण करतोय बघ! हे जवळ ठेव. काही कमी पडणार न्हाई. शत्रूचं तुझ्यापुढे काही चालणार न्हाई. गडावर तुझ्या नावानं नारळ वाढवीन. तुझ्या मनात आलं तर काही दे अजून.” ताईने गल्ल्यातील पन्नासची नोट काढून त्याला दिली आणि हात जोडले. वासुदेवानंही हात जोडत तिचा निरोप घेतला.

रस्त्याला लागताच किसना त्याच्याजवळ आला. “आबा, ऐकलं मी सगळं. कसं जमतंय रे तुला?” वाटेनं चालता चालता त्याने विचारलं.

“अरे, मी बी बाबसेबर फिरूनच शिकलो की! माणसं वाचता आली पाहिजेत, गड्या!” किसना गोंधळून बापाकडे पाहत राहिला.

"पण आबा, एवढी दुकानं होती, तू त्या ताईलाचं कसं काय गाठलंस? तिचंच भाकीत कसं काय केलंस?" त्याच्या कोवळ्या चेहऱ्यावर उत्सुकता मावत नव्हती.

"अरे येड्या, दर एक दारापुढं भाकीत सांगू लागलो तर किंमत राहील का आपली? आणि बापईमाणसं त्याच्याकडं लक्षबी देत न्हाईत. या भाबड्या ताईला बघून काही सांगावंसं वाटलं..."

"पण कसं?"

"अरे, तिनं आपणहून पैसे दिले. मग मी तिच्या दुकानात जाऊन दूध मागितलं. तिथलं तिचं जबाबदारीनं वागणं बघून तिची कर्तबगारी कळली आणि त्यासाठी तिनं कष्ट केले असणार हे उघडच होतं. तिच्या गळ्यात मंगळसूत्र नव्हतं आणि हार घातलेल्या म्हाताऱ्या वडलांचा फोटो बघितल्यावर तिला कुणाचा आधार न्हाई ते कळलं. तिच्या टेबलावरचा लहान लेकराचा फोटो बघून तिच्यातली हळवी आई कळली. इतकं सगळं कळल्यामुळं मी बोललो." वासुदेवाने उलगडून सांगितलं. "पण आबा, लोक आपला शबूद खरा मानतात, हे त्यांना फसवल्यागत तर न्हाई नाही ना होत?" किसना मनापासून बोलला. "न्हाई रे लेकरा. लोक अजूनबी आपल्याला देवाचं रूप मानतात. त्यांना न्हाईच फसवायचं. आन मी काय वाईट, वावगं वागलो का? उलट त्या ताईला बरं वाटलं की तिची अवस्था कुणीतरी जाणली. मनापासून कुणीतरी तिला आशीर्वाद दिला. यामुळं ती भारावली. देव आपल्या पाठीशी हाय म्हणून आनंदली. अरे वेड्या, माणसाला याहून अधिक काय हवं असतं सांग?" वासुदेवानं थोडंसं थांबून किसनाकडे पाहिलं. बापाचं बोलणं त्यालाही पटत होतं. तो पुढं सांगू लागला,

"मानसाला अडचनी असतात, दुःख असतंय. अशावेळी आपुलकीनं कुणीतरी बोलावं असं वाटत असतंय. तेच काम आपन करायचं. न्हाईतर आपुनतरी यापेक्षा जास्त काय करू शकतो? आपल्या शब्दाचा आधार मानसाला पुढची वाट चालायला बळ देतो. भोळ्या भाविकाला तो परमेश्वराचा शब्द वाटतो. म्हणून तर सकाळच्यापारी देवाचं नाव गात लोकांना दिलासा देण्याचं हे काम मला मनापास्नं आवडतंय बघ." वासुदेवाचं हे सारं बोलणं किसना मन लावून ऐकत होता आणि भारावलेल्या डोळ्यांनी त्याच्याकडं बघत होता.

वासुदेवानं रस्त्याकडे पाहिलं. इथून दोन फाटे फुटत होते. तो किसनाला म्हणाला, ''किसना, तू या बाजूच्या गल्लीतनं जा. चांगली वस्ती हाय. देवाचं गानं म्हणत जायचं. कळलं न्हवं?'' किसनानं मान हलवल्याचं बघून वासुदेवानं चिपळी वाजवत गायला सुरुवात केली, ''दान पावलं...''

झपाझपा चालत दूर जाणाऱ्या त्याच्या आकृतीकडं पाहत किसना विचार करू लागला, 'मानसं वाचता यायला पाहिजेत' हे वाक्य मनाशी घोळवत बापानं दाखवलेली वाट चालताना नकळतपणे गाऊ लागला, ''दान पावलं...''

◆

निर्णय

"हॅलो विजूकाका, मी आश्लेषा बोलतेय."

"बोल बेटा, कशी आहेस? अगं, आज तुला फोन करणारच होतो."

"बरी आहे मी; पण तू आलाच नाहीस परत..."

"सॉरी बेटा, अगं पण मी नव्हतोच इथे पंधरा दिवस. काल रात्री आलो बघ."

"विजूकाका, तुला आज संध्याकाळी वेळ आहे का थोडा? बोलायचं होतं तुझ्याशी. येऊ का?"

"यू आर ऑल्वेज वेलकम. विचारतेस काय? ये ना. पण का गं? काही प्रॉब्लेम तर नाही ना?"

"मी आल्यावरच बोलू या ना आपण. चल. ईशा हाक मारतेय बाल्कनीतून. तिला बघायला हवं. ठेवू फोन?"

काय बोलायचं असावं बरं आशूला? निलूची तब्येत बिघडली असेल का? प्रदीपच्या अचानक निघून जाण्यामुळे निलू भांबावूनच गेलीय. उणंपुरं पस्तीस वर्षांचं त्यांचं सहजीवन असं आकस्मिक संपून गेलं, त्या धक्क्यातून ती अजून सावरली नसेल. खरं तर प्रदीपच्या मृत्यूनंतरच्या दहा दिवसांत अनेकदा तिची समजूत घालण्याचा प्रयत्न केला; पण व्यर्थ! म्हणूनच कामासाठी पंधरा दिवस बाहेरगावी जाताना फोन करण्याचा धीरही झाला नाही. विजय विचार करत राहिला.

आरामखुर्चीवर बसल्या बसल्या त्याला प्रदीपची आठवण येत राहिली. प्रदीप त्याचा मित्र खरा, पण निलूमुळे झालेला! निलू आणि विजयची बालपणापासूनची मैत्री. एकत्र खेळणं, एकच शाळा आणि पुढे कॉलेजही एकच. त्यामुळे त्यांची मैत्री तशीच टिकून राहिली. विजयला कविता-कथा लिहायची आवड तर निलूला नाटक, लोकनृत्ये यात रस, त्यामुळे कॉलेजच्या सांस्कृतिक विभागात

बऱ्याच वेळा भेट व्हायची. बोलघेवड्या निलूभोवती हौशी कलाकार मुलामुलींची नेहमी गर्दी असायची. एकदा निलूने विजयला स्पर्धेसाठी एकांकिका लिहायला सांगितली. तिला ती आवडली आणि स्पर्धेसाठी हीच सादर करून आपण करंडक मिळवायचा, असं जाहीरपणे सांगत तिने विजयच्या लेखनाची खूप प्रशंसा केली. ते कौतुक झेलताना अबोल, बुजरा विजय अवघडून गेला होता. त्याला आताही ते सारं आठवलं. निलू अशीच होती. मनस्वी! एकदा एखादी गोष्ट आवडली की तिच्यात झोकून द्यायचं. पुढचा विचार पुढे करता येईल. प्रदीपशी लग्न करण्याचा निर्णयही तिने तितक्याच मनस्वीपणे घेतला होता.

विजयला प्रदीपची पहिली भेट आठवली. एकदा कॉलेजच्या कँटीन- मध्ये निलू अचानक त्याला शोधत आली. सोबत होता प्रदीप. विजयच्या नजरेत पहिल्यांदाच भरला तो त्याचा गर्द निळा गुरुशर्ट, गोरापान रंग आणि पिंगट डोळ्यांतली बेफिकिरी. निलूने त्याची ओळख करून दिली. "हा प्रदीप. गेल्या वर्षीच्या एकांकिका स्पर्धेत 'निळा पक्षी' एकांकिका पहिली आली होती. आठवतंय? तिचा दिग्दर्शक! मी बोललेय आपल्या एकांकिकेबद्दल! त्याने कबूल केलंय ती दिग्दर्शित करायचं." निलूचा उत्साह उतू जात होता. त्याला अडसर घालत ठेवणीतला तटस्थ आवाज लावत तो म्हणाला होता, "मी स्क्रिप्ट वाचून ठरवेन असं म्हणालो होतो."

अजिबात नाराज न होता निलू त्याच उत्साहाने पुढे म्हणाली, "हो ना, पण तुला नक्की आवडेल ते. विजय, कुठंय रे स्क्रिप्ट?"

"मी आणलं नाहीय आज. उद्या आणेन. चालेल?"

यावर निलूने त्याच्याकडे उत्तराच्या अपेक्षेने पाहिलं तेव्हा त्याने रुबाबात उत्तर दिलं, "पाठवून दे. वाचून सांगतो." एवढं बोलून तो पार्किंगच्या दिशेने लांब लांब टांगा टाकत निघूनही गेला. निलूला काहीतरी बोलायचं होतं त्याच्याशी; पण... ती पाहत राहिली. तिची ती अवस्था पाहून विजय म्हणाला, "असू दे. चहा घे. जाम आखडू दिसतोय. कुठे सापडला हा?" पण झालं उलटंच. निलू चटकन म्हणाली, "आखडू वगैरे नाहीये हं! स्टाईल आहे ती त्याची. माझ्या मामेभावाचा मित्र आहे तो आणि सापडला नाहीय हं! मीच गाठलंय त्याला!" विजय तिच्याकडे पाहतच राहिला. पुढे ते स्क्रिप्ट वाचून

थोडाफार भाव खात त्याने एकांकिका बसवायला होकार दिला.

एकांकिकेच्या निमित्ताने कॉलेजवर वारंवार येता येता तो, त्यांच्यातलाच होऊन गेला. त्या वर्षीची लेखन, दिग्दर्शन, अभिनय सारी बक्षिसं त्यांच्या एकांकिकेला मिळाली. बेफिकिरी आणि आखडूपणाची स्टाईल सोडली तर खरंच दोस्तीसाठी जिवाला जीव देणारा मित्र होता प्रदीप. एखादी गोष्ट आवडली नाही तर पटकन तोंडावर सांगेल, पण स्वत:ची चूक लक्षात आली तर चटकन माफीही मागेल. त्याच्या या उमद्या स्वभावामुळेच त्याचे विजयशी सूर जुळले. एकांकिका, प्रायोगिक नाटकं विजयने लिहायची आणि प्रदीपने ती बसवायची, हे ठरूनच गेलं. 'असल्या उद्योगांनी पोट भरत नसतं' या घरच्यांच्या कानपिचक्यांनी हैराण केल्यामुळे विजयने प्राध्यापकी पेशा स्वीकारला. प्रदीप मात्र अजूनही नाटकातच आकंठ बुडाला होता.

एका रविवारी अचानक निलूचा फोन आला, "प्रदीप आणि मी लग्न करतोय!" विजयला आपण काय ऐकतोय ते कळेना आणि काय बोलावं तेही सुचेना. "कुठे? कधी?" त्याने विचारलं. त्यावर प्रदीपनेच उत्तर दिलं, "आत्ताच! लगेच, लगेच ये. सगळी तयारी झालीय. कॉलेज रोडच्या वरदायिनी मंदिरात ये." विजयला विचार करायला, प्रश्न करायला वावच नव्हता. यांत्रिकपणे त्याने कपडे बदलले आणि मंदिरात पोचला. खरोखरच लग्नाची तयारी झाली होती. स्वस्तातली जरीची हिरवी साडी, काचेचा लग्नचुडा आणि मुंडावळ्या; पण तरीही निलू सुंदर दिसत होती. नेहमीच्या दिग्दर्शकीय थाटात प्रदीप सारी सूत्रं सांभाळत होता. त्याचे चार मित्र आले होते. निलूच्या बाजूने बहुधा विजय एकटाच असावा. त्यामुळे त्याला पाहून निलूला हायसं वाटलं. प्रदीप थोडासा गुंतलेला पाहून त्याने तिला विचारलं, "अगं, हे काय अचानक? मला तर काही कळेचना. विचार केलायस ना नीट?" तिच्याविषयीची त्याची काळजी जाणवून की काय निलूचे डोळे भरून आले. एवढ्यात प्रदीप तिथे आला. "माझ्या बायकोशी काय कानगोष्टी करतोयस? मांडवातून पळवून न्यायचा विचार आहे की काय?" असं म्हणत त्यांच्यात सामील झाला; पण प्रसंग ओळखून पुढच्याच क्षणी त्याच्या पाठीवर थाप मारत डोळे मिचकावून म्हणाला, "थट्टा केली रे! मला माहितीये तुला तुझ्या मैत्रिणीची काळजी वाटत असणार. थोडक्यात

सांगतो. घरी निरोप दिलाय लग्नाचा. स्वीकारणार नाहीत हे गृहीत धरून मित्राच्या खोलीवर तात्पुरती पथारी टाकायची ठरवलीय. आणि आम्हा दोघांचे तुझ्यासारखे पंचवीस-तीस तरी मित्र असतील. त्यामुळे महिनाभर तरी मिसळ, वडापावची सोय होईल. पुढचं पुढे बघू. खरं ना निलू?'' प्रदीपला सारंच सोपं वाटत होतं आणि त्याच्या प्रेमात आकंठ बुडालेल्या निलूला त्याचं सारंच पटत होतं.

सुरुवातीची काही वर्षं निलू-प्रदीपचा संसार खूप ओढाताणीचा होता. नाटकं बसवून आणि नाच शिकवून आपला संसार चालणार नाही हे लक्षात आल्यावर निलूने शहाणपणाचा निर्णय घेतला आणि नोकरी मिळवली. नाटकाच्या क्षेत्रात प्रदीपचे निरनिराळे प्रयोग चालूच होते; पण निलूने आर्थिक बाजू भक्कमपणे पेलली होती. घाईघाईने घेतलेल्या लग्नाच्या निर्णयाचा निलूने कधीच पश्चात्ताप केला नाही. संसारासाठी, प्रदीपच्या प्रेमासाठी, वेगळ्या निवडलेल्या वाटेसाठी ती प्राणपणाने झटत राहिली.

विजय या सर्व काळाचा साक्षीदार होता. विजय, निलू आणि प्रदीप यांची मैत्री, जाणं-येणं सारं पूर्ववत सुरू होतं. बाळबोध वळणाच्या विनयाला - विजयच्या बायकोला प्रदीपची बेफिकीरी, निलूचं विजयशी सलगीने बोलणं हे सारं सुरुवातीला खटकलं; पण पुढे त्यांच्यातली मैत्री समजून घेता घेता तीही त्यांच्यात मिसळून गेली. पुढे निलूची मुलगी आश्लेषा आणि विजय-विनयाचा प्रद्युम्न यांच्यामुळे मैत्रीची ही वीण पुढच्या पिढीतही घट्ट झाली. मुले मोठी झाली. आश्लेषा लग्न करून अमेरिकेला निघून गेली आणि प्रद्युम्न नोकरी निमित्ताने जर्मनीला स्थायिक झाला; पण अजूनही सगळे एकमेकांच्या संपर्कात होते.

सकाळी आश्लेषाचा फोन आल्यापासून विजय सवयीने रोजचे काम करत होता; पण मनाने आठवणींच्या गुंत्यातच अडकला होता. दारावरची बेल वाजली तशी त्याने घड्याळ पाहिले. पाच वाजले होते. आश्लेषाच आली होती.

"विजूकाका, मी तुला डिस्टर्ब नाही ना केलं?"

"ए अमेरिकन, तुझे मॅनर्स, एटिकेट्स इथे नाही पाहिजेत हं आपल्या घरी. सांगून ठेवतोय."

"विजूकाका," आश्लेषा हसत म्हणाली, "ते दमबिम द्यायला तुला

काही जमणार नाही. सोडून दे. मी आलेच हं! पाणी पिऊन येते किचनमधून.'' ती आत गेलीसुद्धा.

''आशू, कॉफीपण करतेस का आपल्याला?'' विजय.

या घरातला कोपरा न् कोपरा आश्लेषाला माहीत होता. लहानपणीही आई-बाबांच्या तक्रारी सांगायला ती बिनदिक्कत विजयकाकाकडे यायची. आज का बरं आली असेल?

''हं, घे!'' तिने कॉफीचा मग विजयच्या हाती दिला.

''बोल, काय काढलंयस? नवरा त्रास देतोय का? सांग. चांगला कान धरतो त्याचा. बाकी म्हणा, तूच छळत असशील त्याला. बिच्चारा गरीब नवरा!'' प्रयत्नपूर्वक वातावरण हलकं ठेवण्याची विजयची धडपड सुरू होती. आश्लेषाला तिच्या पप्पांचा-प्रदीपचा खूप लळा होता. त्याच्या मृत्यूने ती खूपच दु:खी झाली होती. आज प्रथमच घरच्या त्या वातावरणातून बाहेर पडली होती आणि विजयकडे आली होती. म्हणूनच विजय तिची थट्टा करून हसवण्याचा प्रयत्न करत होता.

क्षणभर आश्लेषाही हसली; पण पुन्हा गंभीर होत म्हणाली, ''विजूकाका, मी दोन दिवसांनी परत जातेय अमेरिकेला. खरंतर आईला इथे एकटीला ठेवून जायचं माझ्या जिवावर आलंय. तिला म्हणतेय तूही चल माझ्याबरोबर चार महिने.'' आश्लेषा आवंढा गिळत म्हणाली.

''मग? नाहीच म्हणाली असेल ती. पक्की हट्टी आहे आई तुझी.'' विजय म्हणाला.

''खरंय विजूकाका. नाहीच म्हणाली ती; पण तू कसं ओळखलंस?''

''अगं, बालमैत्रीण आहे ती माझी. मी नाही ओळखणार तर कोण? बरं, पण तू काय बोलणार होतीस? काही प्रॉब्लेम? तब्येत बरी आहे ना तिची? पैसे लागणार आहेत का? नि:संकोचपणे सांग. तुझा फोन आल्यापासून मी विचार करतोय.'' विजय म्हणाला.

''नाही रे. तसं काहीच नाही; पण काळजी वाटतेय आईची.'' आश्लेषाला हुंदका फुटला. ''पपांच्या जाण्यामुळे आम्ही दोघी उघड्यावर पडलोय असं वाटतंय बघ एकदम!''

''ए वेडाबाई, अगं हे काय नवीन? यू आर सच अ ब्रेव्ह गर्ल. अगं, तू असं करायला लागलीस तर कसं होणार?'' तिला थोपटत तो म्हणाला, ''अचानकच घडलं सगळं. त्यामुळे धक्का बसलाय; पण

बेटा, तू आता मोकळी हो. रडून घे पोटभर. हलकं वाटेल तुला.'' विजयने तिच्या कोंडलेल्या भावनांना वाट करून दिली. प्रदीपच्या आठवणी जाणीवपूर्वक सांगत राहिला. आश्लेषाही मोकळी होत गेली. प्रदीपच्या आकस्मिक मृत्यूमुळे आश्लेषाला अमेरिकेतून ताबडतोब निघावं लागलं होतं. इथे पोचल्यावर इथली सर्व परिस्थिती हाताळावी लागली होती. अशा वेळी तिच्या मनावर केवढं दडपण असेल याची विजयला जाणीव होती. थोड्या वेळाने सारं शांत झाल्यावर तो तिला म्हणाला, ''बरं झालं तू इकडे आलीस. निलूसमोर तुला इतकं मोकळेपणी रडता आलं नसतं. आता हलकं वाटतंय ना थोडं?''

''विजूकाका, आय रिअली थँक्यू! तुला माहितीय तुला मी नेहमी पप्पांच्याइतकंच मानत आलेय. म्हणूनच आजही हक्काने आलेय. थोडं महत्त्वाचं बोलायचंय तुझ्याशी. गैरसमज नाही ना करून घेणार? तू जो निर्णय देशील तो मी शांतपणे स्वीकारेन; पण आज मला बोलू दे.''

''बोल ना बेटा, काय झालंय?''

''विजूकाका, पपा गेल्यापासून आईची जी परिस्थिती झालीय ती पाहवत नाहीय रे. तिचं खूप प्रेम होतं त्यांच्यावर. आता कुणासाठी जगू मी, असं म्हणून सारखी रडत असते.''

''अगं, होईल ती शांत. अजून जखम ताजी आहे. काही काळाने खपली धरेल. तू काळजी नको करू,'' विजयने समजावलं.

''नाही रे. मला नाही तसं वाटत. आजवरचं तिचं आयुष्य त्यांच्याच भोवती फिरत राहिलंय. प्रदीपला हे आवडतं, ते खपणार नाही. त्यांचं मन राखता राखता तिचं अस्तित्वच विरून गेलंय रे. आता तेच नाहीत तर जगण्याचं ध्येयच नाहीसं झाल्यासारखं वाटतंय तिला. कसं समजवावं तेच कळत नाहीय.'' आश्लेषा म्हणाली.

''अगं, काळ हेच औषध असतं अशावेळी. काही काळ गेला की सारं ठीक होईल. माझ्याकडे पाहा. अडीच वर्षापूर्वी विजया गेली, त्यावेळी मी असाच कोसळलो होतो. एकट्याने जगणं मला जमणार नाही असंच वाटायचं मला; कारण घरातल्या कुठल्याच गोष्टीत मी कधी लक्ष घातलं नव्हतं. साधा चहासुद्धा कधी केला नव्हता. सारं घर अचानकपणे अंगावर धावून आल्यासारखं वाटत होतं; पण सावरलो हळूहळू. आज उभा आहे तुझ्यापुढे.''

"तेच म्हणतेय मी, विजूकाका. म्हणजे तू असा इथे एकट्याने जगतोयस. आई तिकडे एकाकी झालीय. तुम्ही दोघंही बालपणापासून एकमेकांना ओळखता. मग तुम्ही दोघे एकत्र आलात तर?" विजय क्षणभर स्तंभित झाला आणि प्रश्नार्थक नजरेने तिच्याकडे पाहू लागला, "नक्की काय म्हणायचंय तुला?" तो म्हणाला. "म्हणजे... समजा... तुम्ही दोघांनी लग्न केलं तर... तुमचं पुढचं आयुष्य..." अडखळत आश्लेषा सांगू पाहत होती; पण तिचं वाक्य पुरं होण्याच्या आधीच विजय खो खो हसू लागला. आश्लेषा आधी गोंधळली आणि क्षणभराने रागावून त्याला म्हणाली, "तू हसतोस काय असा? मी सिरियसली बोलतेय."

"सॉरी, सॉरी, तुझ्या दृष्टीने हा विषय खूप सिरियस आहे. हसण्याची ही वेळ नाही. कळतंय मला... पण खरं सांगू, मला आता लहानपणीची वेडे हट्ट करणारी आणि गाल फुगवून बसणारी आशूच आठवली. अगं वेडे, इतका बालिश विचार तुझ्या डोक्यात आला तरी कसा?"

'विजूकाका, प्लीज... आम्ही खूप गांभीर्याने विचार केलाय.'

"बाप रे, म्हणजे या कटात आणखी कोण कोण आहे? पण माझी खात्री आहे, असली भन्नाट आयडिया तुलाच सुचली असणार," विजय हसत म्हणाला.

"हो, मलाच सुचली; पण मी आदित्यशी बोलले. त्यालाही पटलं. मग काल प्रद्युम्नशीही चॅटिंग झालंय आमचं!"

"बाप रे, म्हणजे तू पहिल्यांदा अमेरिकेत नवऱ्याशी आणि नंतर आमच्या चिरंजीवांशी जर्मनीत हे डिस्कस केलंस? अगदी इंटरनॅशनल इश्यू झाला म्हण की..."

"विजूकाका, तुला हास्यास्पदच वाटतंय सगळं?"

"ऑफकोर्स, हास्यास्पदच आहे सगळं. मला सांग, निलाला नाही ना बोललीस?"

"छे रे! धीरच नाही झाला." "नशीब माझं. तिनं तुला आणि मला दोघांनाही सोलून काढलं असतं. अगं, काय मूर्खपणा चालवलाय तुम्ही! या वयात आता आम्ही लग्न करायचं म्हणे... कशासाठी? आमचे दोघांचेही चांगले पस्तीस वर्ष सुखाचे संसार झालेत. शरीराच्या आणि मनाच्याही सर्व भुका भागल्यायत. आर्थिक अडचण दोघांनाही

नाही. आपापल्या विश्वात आम्ही स्वतंत्रपणे वावरतोय. मग कशासाठी करायचा हा खेळ?'' विजय एका दमात बोलला. ''खेळ काय म्हणतोस विजूकाका? या वयात तुम्ही दोघांनी असं एकेकटं राहण्यापेक्षा एकमेकांच्या सोबतीने एकत्र राहिलात तर आम्हालाही परदेशात चिंता राहणार नाही.''

''वाऽ म्हणजे आमच्या जबाबदारीतून मोकळं होण्यासाठी आम्हाला अडकवताय की काय नव्या जबाबदारीत? म्हणजे मग कधीतरी फोन-वरून चौकशी करायची, कधीमधी स्काईपवरून बोलायचं, तेही बंद करून टाकायला बरं.''

''विजूकाका, तू थोडं सिरियसली बोलतोस का?''

''बरं बाबा, सिरियसली सांगतो. तुझा हा पोरकट विचार मला मुळीच पसंत नाही आणि आईजवळ बोललीस तर काय घडेल तेही तुला मघाशीच सांगितलंय.''

''पण का?'' अजून तिचं समाधान होत नव्हतं.

''अगं, मी मघापासून तुला कितीतरी कारणं सांगितली. भावनेच्या भरात तुला ही कल्पना सुचली असेल; पण अगं, मुळात आम्ही दोघं दोन स्वतंत्र वृत्तीची माणसं आहोत. या वयात साऱ्या गोष्टी एकमेकांशी नव्याने जुळवून घेणं कठीण असतं. आणि एक सांगू? तू समजतेस तशी नीला दुबळी नाहीय. ती पुन्हा उभी राहील खंबीरपणे! तुझ्या पपांशी लग्नाचा निर्णय, त्यानंतरच्या सगळ्या अडचणींचा सामना तिने किती जिद्दीने केलाय त्याचा मी साक्षीदार आहे. म्हणून सांगतो, निलू दुबळी नाही आणि तू समजतेस तशी एकटी तर नाहीच नाही. आमचा सगळा ग्रुप तिच्या पाठीशी आहे. आम्ही आठवड्यातून एकदा एकत्र येतो. एखाद्या रविवारी पिकनिकला जातो. जमेल तसं सामाजिक कार्य करतो. सांस्कृतिक कार्यक्रम पाहतो. एकमेकांच्या सुखदु:खात सोबत करतो. अगदी आजारपणंसुद्धा काढतो एकमेकांची. काय करणार? बहुतेक सगळ्यांची मुलं परदेशी असतात ना? तेव्हा तू काळजी करू नको. आम्ही निलूला या मन:स्थितीतून लवकर बाहेर काढू.

''बरं का आश्लेषा, तुमची पिढी जशी पटापट स्मार्टली परदेशात स्थायिक व्हायला लागली ना, तशी आमची पिढीदेखील आजारपण, म्हातारपण यांची कुरकुर न करता स्वत:ला गुंतवून घेऊन आनंदात

राहण्याचा स्मार्टनेस दाखवायला लागली. तेव्हा डोन्ट वरी. आम्ही एकेकटे नाही आहोत. स्वतंत्र आहोत. अगं, आयुष्यभराच्या जोडीदाराला विसरून नवा डाव मांडणं फार त्रासदायक असतं, बेटा. त्यापेक्षा मैत्रीचं छान निरागस नातं जे आम्ही बालपणापासून जपलंय, त्याच नात्याने आम्ही एकमेकांची काळजी घेऊ. सोबत करू. मी वचन देतो तुला. तू निश्चिंतपणे जा.''

डोळ्यांतल्या पाण्यासकट विजूकाकाच्या कुशीत शिरत आश्लेषा म्हणाली, ''विजूकाका, तू खरंच ग्रेट आहेस. किती समजून घेतोस सगळ्यांना. आज पुन्हा एकदा जाणवलं, तू आईबाबांचाच नव्हे तर माझाही मित्र आहेस आणि माझ्या मनातला हा गुंता जसा अलगद हातांनी सोडवलास तसंच आईलाही यातून बाहेर काढशील. खात्री आहे माझी.'' विजूकाकाने दिलेल्या निर्णयामुळे आश्वस्त होऊन आश्लेषा परतीची वाट चालू लागली.

◆

फिटे अंधाराचे जाळे

धीरेनचा फोटो पाहिला आणि आसावरीच्या काळजात कळ उमटली. डोळे चोळत पुन्हा पुन्हा ती तो फोटो आणि त्यावरचं कॅप्शन पाहत राहिली. 'धीरेन सोळंकी-तृतीय पुण्यस्मरण.' तिचा अजूनही विश्वास बसेना. धीरेन गेला... तीन वर्षांपूर्वी... हे कसं झालं? आपल्याला कसं समजलं नाही? राधानेही कळवलं नाही?

तिने पेपरवरची तारीख पाहिली. 'आजचाच पेपर आहे हा...' ती मनाशी म्हणाली. घरची सारी कामं आटोपली की निवांतपणे दुपारी ती पेपरवरून नजर फिरवायची. तशीच ती आज फिरवताना एका फोटोवर स्थिरावली. तोच चेहरा, तेच मिष्कील हास्य, कदाचित फोटोही तेव्हाचाच असावा. पंचवीसेक वर्षापूर्वीचा. धीरेन. तिचा कॉलेजच्या ग्रुपमधला मित्र. हसतमुख आणि विनोदी. साऱ्यांच्या फिरक्या ताणणारा आणि वेळप्रसंगी जिवाला जीव देणारा. ऐसपैस शरीरासारखं प्रशस्त मनही लाभलेला धीरेन म्हणूनच साऱ्या ग्रुपच्या गळ्यातला ताईत होता.

राधा त्यावेळी धीरेनच्या प्रेमात पडली होती. आपण साऱ्या मैत्रिणी तिला चिडवत असू. "अगं, पाहिलंस तरी काय या ढेरपोट्या जोकरमध्ये?" मग दुसरी एखादी म्हणे, "अगं, डोळे उघडून कॉलेजमध्ये बघ. कितीतरी हिरो मिळतील तुला."

मग हलक्याफुलक्या मूडमध्ये असेल तर राधा एखादा शेर ऐकवायची. "प्यार में सूरत नहीं, सीरत देखी जाती है। दिसणं कुणाच्या हाती असतं? त्याचा स्वभाव आवडतो मला." वगैरे. कधीतरी चिडून म्हणायची, "आहे तो थोडासा जाडा; पण ढेरपोट्या काय म्हणता गं त्याला? थोडंसं पोट सुटलंय खरं! अगं, पण त्याची मम्मी वासंतीबेन किती सुंदर स्वयंपाक करते माहितीय? खात असेल

धीरेन चवीनं.'' अशी त्याची बाजूही घ्यायची.

मग कुणीतरी मुद्दाम विचारायचं ''तुला काय माहीत? त्यांच्या घरी जातेस की काय जेवायला?'' त्यावर आपल्याच तंद्रीत राधा सांगायची, ''हो, जेवलेय ना दोन-तीन वेळा... तुला सांगते, मम्मीजी ढोकळा आणि उंधियो तर इतका अप्रतिम बनवतात.''

त्या साऱ्या वर्णनात गुंतलेल्या राधाचं मग मैत्रिणींकडे लक्षच नसे आणि साऱ्या मैत्रिणी एकमेकींना नेत्रपल्लवी करत हसत राहायच्या. त्या साऱ्या आठवणींनी आताही आसावरीला हसू आलं.

पुढच्याच क्षणी भानावर येत तिने त्या मजकुराखाली नाव वाचलं 'राधा धीरेन सोळंकी.' हे नाव वाचताच तिच्या अंगावर काटा आला. खरंच, काय अवस्था झाली असेल राधाची आता धीरेनशिवाय?

आवंढा गिळत तिने सारं पुन्हा काळजीपूर्वक वाचलं. पत्ता, फोन नंबर काळजीपूर्वक टिपून घेतलं. तिला वाटलं, लगेच फोन लावावा आणि राधाला सांगावं मी येते असं; पण क्षणार्धात भानावर येऊन तिने विचार केला, की राधाला भेटायला तात्काळ निघून जाण्याएवढं स्वातंत्र्य आहे का आपल्याला? इथल्या साऱ्या जबाबदाऱ्या टाकून तडकाफडकी निघून जाता येणार नाही. अजयची परवानगी काढायला हवी. घरच्यांची नीट व्यवस्था लावायला हवी. मगच जाता येईल.

दुसऱ्याच क्षणी तिच्या मनात आलं, माणसाला गुलामीचीसुद्धा किती सवय होते नाही? अजय कधीही फोन करून सांगतो, तासाभरात बॅग तयार करून ठेव. परदेशी जातोय म्हणून आणि आपण कितीही तीव्र इच्छा असली तरी मैत्रिणीच्या सांत्वनालाही जाऊ शकत नाही. त्याची परवानगी घ्यायला हवी. हक्काने सांगू शकत नाही. तिला स्वत:चीच चीड आली.

विचारांचं द्वंद्व सुरूच होतं, तोवर अजयचा फोन आला, 'परस्पर दिल्लीला जातोय. दोन दिवसांनी येईन.' आसावरीने त्याला सांगण्याचा प्रयत्न केला; पण तो व्यर्थच ठरला नेहमीप्रमाणे. त्याने जोरदार उत्तर दिलं, 'आई-अप्पांना सोडून कशी जाऊ शकतेस तू? मी आल्यावर बघू.'

'त्यांच्या सोबतीला सखूबाईला ठेवेन. अनुजाही ट्रेकवरून उद्या रात्री परतेल. मी उद्या दुपारच्या गाडीने राधाला भेटायला जातेय.'

त्याच्या हुकमी स्वराकडे दुर्लक्ष करत आसावरीने शांतपणे त्याला प्रत्युत्तर दिलं आणि चक्क फोन ठेवून दिला.

'कधीतरी आपणही ठामपणे त्याला काही सांगू शकतो' ही नवी भावना आसावरीला आनंद देऊन गेली; पण पुढच्याच क्षणी तिला आठवलं, फोन सुरू असताना पाठीमागून किणकिणणारं हसू ऐकू येत होतं. अभिलाषा? नक्कीच. त्या विचाराबरोबर तिची असह्य तगमग झाली.

'या माणसाला निर्लज्ज म्हणायचं की निर्ढावलेला? आपल्या सरळपणाचा किती गैरफायदा घेणार आहे हा? स्वतःच्या म्हाताऱ्या आईबापांच्या उसाभरीत मला गुंतवून स्वतः मजा मारताना याला काडीची शरम वाटत नाही? ती तर उनाड मैनाच आहे; पण याला तरी संसाराची चाड आहे की नाही? हे अतिच होत चाललंय...' संध्याकाळनंतर तिने स्वतःला सावरलं आणि मनाशी निश्चय केला. सखूबाईला सर्व समजावून दिलं. घाबरत घाबरत आई-अप्पांना सांगितलं. त्यांना कितपत कळलं कुणास ठाऊक; पण आपली गैरसोय होणार म्हणून त्यांनी चिडचिड केली. तिला अपेक्षितच होतं ते; पण तिचा विचार डळमळला नाही. अंथरुणावर पडल्यावर तिचं तिलाच आश्चर्य वाटलं. कुठून आलं आपल्यात हे बळ?

दुसऱ्या दिवशी ठरवल्याप्रमाणं आवश्यक ते सामान घेऊन ती बसमध्ये चढली. कितीतरी वर्षांनी ती असा एकटीने बसचा प्रवास करत होती. लगेचच राधाशी बोलून तिने येत असल्याचं कळवलं. राधाने तिला घरी नेण्यासाठी गाडी पाठवते असं आनंदाने सांगितलं. आसावरीने फोन बंद करून ठेवून दिला. आता तिला नवरा-मुलं कुणाशीच कसलाच संपर्क नको होता. बस प्रवासाचे दोन-अडीच तास तिचे स्वतःचे असायला हवे होते. आजूबाजूच्या गलक्यानेही तिच्या त्या एकांतात बाधा येणार नव्हती. तिने डोळे मिटून घेतले.

राधाने पाठवलेल्या गाडीतून तिच्या घरी जाताच आसावरी आणि राधा एकमेकींच्या गळ्यात पडल्या. धीरेनच्या आठवणी काढून खूप रडल्या; पण गेल्या तीन वर्षांत राधाने स्वतःला खूप प्रयत्नपूर्वक सावरलं होतं. त्याच्याबरोबर ती पूर्वीपासूनच व्यवसायात लक्ष घालत होती; पण तरी त्याचं असं अपघाती, अकाली जाणं तिच्यासाठी

हादरवून टाकणारं होतं. त्यांना मूलबाळ नव्हतं. धीरेनचे ममी-पपा दहा वर्षांपूर्वी वारले होते. सर्व संपत्ती असूनही राधा एकाकीच होती. कामात मन रमवत होती. धीरेनचा वडिलोपार्जित छपाईचा व्यवसाय होता. राधा आणि धीरेनने त्याच्या जोडीने प्रकाशनसंस्था काढली होती व ती चांगलीच नावारूपाला आणली होती. आता मात्र एकटीने सारं सांभाळताना राधाची बरीच धावपळ होत होती. कितीतरी वर्षांनी कुणाशी तरी मनमोकळं बोलायला मिळाल्यामुळे तिला किती सांगू नि किती नको असं झालं होतं. मध्यरात्र उलटून गेल्यावर तिच्या लक्षात आलं की सारं आपणच बोलतोय. मग तिने आसावरीला तिच्याबद्दल विचारलं.

हळूहळू आसावरीही मनमोकळेपणी बोलू लागली. गेल्या वीसेक वर्षातल्या आपल्या जीवनात घडलेल्या घटना राधाला सांगताना तिलाही स्वत:बद्दलच्या कितीतरी गोष्टी नव्याने जाणवत होत्या. लग्न झाल्यापासून अजयच्या जीवनात विरघळून जाणे एवढंच तिचं ध्येय बनलं होतं जणू. त्याचं घर, त्याचा संसार सांभाळताना तिचं अस्तित्वच नातेवाइकांची ऊठबस करताना, त्याच्या आई-अप्पांची आजारपणं काढताना, त्यांचं म्हातारपण निभावताना आपलं माहेर, नातेवाईक सुटत, तुटत चालले आहेत याची जाणीवच झाली नव्हती आणि या तिच्या समर्पणाबद्दल सासरीही कुणाला काही कौतुक नव्हतं.

राधाशी बोलताना नकळतपणे आसावरीच्या जखमेवरची खपली उघडी झाली आणि अश्रूंच्या रूपाने वाहू लागली. गेल्या काही दिवसांपासून मनात काहीतरी सतत ठसठसत होतं; पण मोकळं होण्यासाठी ठिकाणच मिळत नव्हतं. आता राधाच्या खांद्यावर डोकं ठेवून आसावरी सारं दु:ख हलकं करत होती. तिचा आवेग थोडासा कमी झाल्यावर राधाने अजयबद्दल विचारलं. त्यावेळी तर आसावरीच्या जीवाचा संताप झाला. जेवढी एकनिष्ठता, जेवढं समर्पण तिच्या बाजूने केलं गेलं त्याचा प्रतिसाद शून्यच होता असं तिला गेल्या काही वर्षांपासून जाणवायला लागलं होतं. घरच्या साऱ्याच जबाबदाऱ्या तिच्यावर सोपवून तो बाहेर स्वच्छंदी आयुष्य जगत होता. या आधीही तिच्या कानावर काही किस्से आले होते; पण तिने प्रयत्नपूर्वक तिकडे दुर्लक्ष केलं होतं. आता मात्र त्याचं अभिलाषेत अधिकाधिक गुंतत जाणं तिला अस्वस्थ करून जात होतं. खात्री पटली तशी ती मुळापासून हादरली होती. धीर एकवटून

तिने प्रश्न विचारल्यावर नेहमीप्रमाणे तिच्या बाळबोधपणाची चेष्टा केली गेली. तिला पार्टीत वावरता येत नाही याची टिंगल केली गेली. शेवटी तुला काय कमी आहे, असा कर्त्या पुरुषाचा दर्पही गाजवून झाला. आता कालसुद्धा कामासाठी दिल्लीला जाताना त्याच्याबरोबर ती असावी असा आसावरीला संशय आला होता. या साऱ्या गोष्टी ज्या इतके दिवस मनातच डचमळत होत्या, त्या आज राधापाशी बोलून ती मोकळी झाली. रात्र कधी संपली कळलंच नाही. बाहेर उजाडायला लागलं होतं. 'चहा करते आता...' असं म्हणत राधा स्वयंपाकघरात गेली. तेवढ्यात आसावरीचा फोन वाजला. पाहते तर अजयचा फोन होता. नेहमीप्रमाणे चढ्या आवाजात तो तिला 'कुठे आहेस, का गेलीस?' असे प्रश्न विचारू लागला. आसावरीचाही पारा चढला होता. "तू कधी मला विचारून जातोस? कुणाबरोबर जातोस ते सांगतोस?" असे आसावरीचे प्रतिप्रश्न ऐकून तो सटपटला. आसावरीने हिंमत करून आज बोलायचंच ठरवलं होतं. "मी घर सोडलंय ते कायमसाठीच; कारण तुला माझी गरज नाही. घरकाम करायला कामवाल्या मिळतात आणि पार्टीत कंपनी द्यायला मैत्रिणीही असतात. मुलं मोठी झाली आहेत. त्यांची आईची गरज संपलीय आणि बाप म्हणून तू खंबीर आहेस त्यांच्या गरजा पुरवायला, हे तूच म्हणतोस नेहमी. आई-अप्पांबद्दल म्हणशील तर त्यांची खूप वर्षं सेवा केली मी. दोन शब्दांचीही अपेक्षा न बाळगता. तुझे आई-वडील आता तुझी जबाबदारी आहेत. तू सांभाळ त्यांना." ती बोलतच होती. "पती-पत्नीचं नातं हे आदर आणि विश्वासावर आधारलेलं असतं. तुझ्या मनात माझ्याविषयी आदर नाही आणि माझा तुझ्यावर विश्वास आता राहिलेला नाही. समाजाला फसवायला हे खोटं नातं टिकवण्याची आता माझी इच्छा नाही. आता स्वाभिमानाने जगायचंय. तुला वाटत असेल, घराच्या चार भिंतींच्या बाहेरचं मला काही कळत नाही; पण तुझ्या दृष्टीने बावळट असले तरी स्वाभिमानाने माझी भाकरी कमवण्याइतकी लायक आहे मी. तेव्हा मला भेटण्याचाही प्रयत्न करू नकोस. तुला हवं तसं आयुष्य एन्जॉय कर." आसावरीने ठामपणे बोलणं संपवलं.

आसावरीचा चढलेला आवाज ऐकून स्वयंपाकघरातून परतलेली राधा थक्क होऊन पाहत होती. स्वतःच्या अगतिकतेच्या जाणिवेने

रडणारी आसावरी हीच का, असा तिला प्रश्न पडला होता.

"खूप वर्षं खूप काही सहन केलं गं, राधा. आता मात्र सगळेच पाश तोडून टाकलेत मी. स्वत:साठी जगायचंय. मोकळा श्वास घ्यायचाय आता."

"आसावरी, काय बोलू मी आता? तुला जे सोसावं लागलं त्यासाठी मघापर्यंत सहानुभूती वाटत होती. आता मात्र कौतुक वाटतंय तुझं; पण तुझा निर्णय बदलणार तर नाही ना?" राधा म्हणाली.

"मुळीच नाही. राधा, तुझ्या ओळखीने एखादी छोटीशी नोकरी मिळेल का गं मला?" आसावरीच्या या सरळ प्रश्नाने राधाला तिचं जास्तच कौतुक वाटलं.

"अगं, आपल्या धीरेन पब्लिकेशनमध्येच गरज आहे मला तुझी."

"मॅडम, भाषा विषयाची उत्तम जाण आणि तुमचं कार्यकौशल्य लक्षात घेऊन संस्था तुम्हाला उद्यापासूनच रुजू करून घेत आहे." नाटकीपणे राधा म्हणाली आणि कॉलेजचे दिवस आठवून दोघी खळाळून हसल्या.

आसावरीने खिडकीतून पाहिलं. मघाचं तांबूस कोवळं सूर्यबिंब आता झगझगीत दिसू लागलं होतं. तिच्या विचारांसारखंच! या उजेडातच तिला पुढची वाटचाल करायची होती. अंधाऱ्या रात्रीच्या आठवणी पुसून टाकायच्या होत्या. राधाने तिचा हात हातात घेऊन थोपटला. आता यापुढे दोघींच्याही जीवनातली पोकळी, वास्तवाची प्रखरता एकमेकींच्या सोबतीने सुसह्य होणार होती. उगवत्या सूर्यबिंबातून जणू आशेच्या किरणांचाही जन्म झाला होता. नव्याने!

◆

स्वच्छ सारवलेल्या अंगणात एक सुबक स्वस्तिचिन्ह जन्माला येत होतं. पांढऱ्याशुभ्र रांगोळीचे ठिपके जोडत मन लावून वत्सला ते काम पूर्ण करत होती. एवढ्यात एक गोड लकेर घेत एक चिमणासा पक्षी कोपऱ्यातल्या तगरीच्या झाडावरून उडून गेला. प्रसन्नपणे हसून वत्सला मनाशी म्हणाली, ''आज उजवा डोळा लवतोय. काहीतरी शुभ वार्ता येणार.'' पूर्ण झालेल्या रांगोळीवर हळदी-कुंकू वाहून कपाळावर त्याचे बोट टेकवत ती उठून उभी राहिली. तुळशी वृंदावनाला हात जोडले. उगवत्या सूर्याला नमस्कार केला आणि खाली वाकून रांगोळीचं पंचपाळं उचलणार तोच समोर सावली दिसली. पटकन तिने वर पाहिलं. विश्वंभर शास्त्रींना समोर पाहून ती अवाक झाली. किती तरी वर्षांनी ती त्यांना पाहत होती. प्रौढत्वाच्या सगळ्या खुणा शरीरावर दिसत होत्या. केस पिकले होते. गात्रे थकली होती; पण उंच, सडपातळ बांधा, तेजस्वी गोरा रंग तसाच्या तसा होता. डोळ्यांभोवती सुरकुत्या पडल्या होत्या; पण त्यातली करारी नजर तशीच होती. क्षणभर स्वत:ला सावरून वत्सला आवंढा गिळत फक्त 'या' एवढंच म्हणू शकली. आणि मग लगबगीने ओट्याच्या पायऱ्या चढून वर गेली. भांबावल्यामुळे तिला नेमकं आपण काय करावं, ते सुचत नव्हतं. पायऱ्या चढून त्यांना वर येताना पाहून ती पटकन स्वयंपाकघरात शिरली. पाण्याचा तांब्या भरून घेतला. वर भांडे ठेवून बाहेर घेऊन आली. तोवर शास्त्रीबुवा ओट्यावरच्या लाकडी बाकावर बसले होते. खरेतर आबांकडे कामासाठी येणाऱ्या, बाहेरच्या आल्या-गेल्यांना बसण्यासाठी हा जुना ऐसपैस बाक ठेवला होता. आज या वाड्याच्या मालकालाच तिथे बसलेलं

पाहून वत्सलेला गलबलून आलं. ती पटकन म्हणाली, "इकडे आत या ना सोप्यावर!"

शास्त्रीबुवांनी तिच्याकडे पाहिलं. न बोलता सामान उचललं आणि एक पायरी चढून सोप्यावर आले. सोप्यावरच्या प्रशस्त बैठकीवर टेकले आणि जरा विसावत इकडे-तिकडे न्याहाळत म्हणाले, "कुठे आहेत सगळे जण?" त्यांच्यापुढे पाण्याचं तांब्याभांडं ठेवत वत्सला हलकेच म्हणाली, "घरी आहेच कोण आता? आईंना जाऊन पाच वर्षं झाली आणि आबांना दोन वर्षं... मी आणि राघवेंद्र दोघंच असतो आता."

विश्वंभर शास्त्रींचं लक्ष भिंतीवरच्या आई-आबांच्या तसबिरीकडे गेलं आणि ते तिकडे गेले. त्यांना नमस्कार करताना पाहून वत्सला भावनावश होत म्हणाली, "आई गेल्या तेव्हा कळवलं होतं तुम्हाला; पण आबांच्या वेळी नाही कळवता आलं." सुस्कारा सोडत ते पुन्हा बैठकीवर बसले. काय बोलायचं ते न कळल्यामुळे काही क्षण अस्वस्थ शांतता पसरली. मग विश्वंभर शास्त्री म्हणाले, "राघवेंद्र कुठे आहे?"

"उठला नाही अजून. काल खूप काम होतं ना शेतात!" सावरून घेत ती म्हणाली. पुढच्या क्षणी तिला वाटलं, एवढं स्पष्टीकरण देण्याची खरंच गरज होती का? का कुणास ठाऊक, पण तो अजून झोपून उठला नाही म्हणून ते रागावतील असं तिला वाटलं होतं. खरंतर बाप-लेक यापूर्वी एकमेकांसमोर आले होते ते वीस वर्षांपूर्वी... राघवेंद्रच्या मुंजीसाठी! त्यांना पाहिलं तर राघवेंद्रच्या चटकन लक्षात तरी येईल का की हे आपले वडील आहेत?

अचानक तिचं लक्ष विश्वंभर शास्त्रींकडे गेलं. त्यांची अवघडलेली अवस्था जाणून घेत ती म्हणाली, "तुम्हाला काय आणू? चहा की दूध?" "दूध चालेल," ते म्हणाले. मग गरम दूध त्यांच्या हाती देत ती म्हणाली, "प्रवासाने थकला असाल ना? थोडा आराम करा." आणि आतल्या खोलीत त्यांना नेऊन त्यांच्या विश्रांतीची सोय केली. शास्त्रीजींना विसावलेले पाहून वत्सला स्वयंपाकघरात आली. काय करावं बरं आता? आनंदाच्या भरात तिला रोजचं कामही सुचेना. उगाचच इकडच्या वस्तू तिकडे करीत राहिली. काही क्षणांनी वाड्याचं दार वाजल्याचा भास झाला, म्हणून सोप्यात आली. कुणीच दिसेना म्हणून परत जाऊ लागली. तेवढ्यात लक्षात आलं, पूजेसाठी तगरीची फुलं काढायचीयत.

चार फुलं काढली तोच लक्षात आलं की परसात कण्हेरही बहरलीय. पायऱ्या चढून ती सोप्यात आली. तिथून स्वयंपाकघरात गेली. देवघरासमोरच्या तबकात फुलं ठेवली आणि मागे परसदारी गेली. गुलाबी फुलांनी बहरलेल्या कण्हेरीला कुरवाळून अलगद फुले काढू लागली. क्षणभराने भानावर येत स्वत:लाच विचारू लागली, की हे काय होतंय आपल्याला? इतकं आनंदून जाण्यासारखं काय घडलंय? आपल्या प्रौढ वयाला हे वागणं शोभतं का? शास्त्रीबुवा आलेत खरे; पण का आणि किती काळासाठी, हे कुठे माहीत आहे आपल्याला?

त्या क्षणी तिला राघवेंद्रची आठवण झाली. तो अजून उठला नाही; पण उठल्यावर काय प्रतिक्रया देईल? तिचं मन पुन्हा थरथरलं. ओंजळीतली कण्हेरीची फुलं घेऊन ती स्वयंपाकघराकडे वळली. चहा करून राघवेंद्राला उठवावं अशा विचारात असतानाच राघवेंद्रची हाक आली, "आईऽऽ अगं, कोण आलयं?" वत्सला सोप्यावर जाऊन पाहते तो राघवेंद्र एका पिशवीकडे बोट करत म्हणाला, "कुणाची ही पिशवी?" खालच्या आवाजात ती म्हणाली, "शास्त्रीबुवा आलेत." कपाळाला आठी घालत तो म्हणाला, "कोण?"

वत्सला धीर करून म्हणाली, 'अरे, असं काय करतोस? तुझे बाबा आलेत." थोड्या रागातच तो म्हणाला, "कुठे आहेत?" "आतल्या खोलीत आराम करतायत." ती नरमाईनी म्हणाली. "आई, तू घरात का घेतलंस त्या माणसाला?" चिडून तो म्हणाला. "हळू बोल रे, बाळा, माझं थोडं ऐकून तरी घे. ये इकडे." हाताला धरून बैठकीवर बसवत ती समजावू लागली. "अरे, अचानक त्यांना बघून मला सुचलंच नाही काही. तू शांत हो जरा."

"अगं, उभ्या आयुष्याचं मातेरं केलं या माणसानं.. तू कशी शांत राहू शकतेस, आई?" राघवेंद्र संतापाने उसळत होता. अजिजीच्या सुरात वत्सला म्हणाली, "अरे, थांब थोडा, बघू या काय होतयं." "काय व्हायचंय अजून? मी सांगतो तुला. भावनेच्या भरात तू त्यांना मुळीच थारा देऊ नकोस. तुला बोलणं जमत नसेल तर मला सांग. एक घाव दोन तुकडे करून टाकतो." राघवेंद्र चांगलाच संतापला होता. "बाबा रे... माझ्यासाठी आवर घाल स्वत:ला." वत्सलाचे डोळे भरून आले. "कसेही असले तरी वडील आहेत तुझे. चुकले असतील; पण

माणूसच आहेत ना? एकदम असं तोडून टाकणं बरं नाही रे...'' ती कळवळून म्हणाली. कोपरापासून हात जोडत राघवेंद्र म्हणाला, ''धन्य आहेस तू आई. तुझ्या डोळ्यांत पाणी आलेलं मी बघूच शकत नाही, हे तुला माहीत आहे म्हणून... कर तुला काय करायचंय ते... मला लवकर काहीतरी खायला दे. शेताकडे जायचंय लगेचच! एवढंच सांगतो, आजच्या आज त्यांना इथून हलायला सांग. यातच भलं आहे, सगळ्यांचं...'' ताडमाड उंचीच्या आपल्या लेकाकडे ती बघतच राहिली. त्याच्या बलदंड रूपाचं तिला नेहमीच कौतुक वाटत असे; पण आज मात्र भीतीच वाटू लागली होती.

अंघोळ आटोपून तो येईपर्यंत तिने भाजणीचं खमंग थालिपीठ लावलं. गरमागरम थालिपीठावर लोण्याचा गोळा ठेवत त्याच्या हातात ताटली दिली. खाणं आटोपून बाहेर पडताना त्याने आईला परत बजावलं, ''मी सांगितलेलं लक्षात ठेव. संध्याकाळी ती पिशवी दिसता कामा नये.'' आणि तिच्या उत्तराची वाटदेखील न बघता तो बाहेर पडला.

वत्सला तिथेच सोप्यावरच्या खुर्चीत बसली. काय करावं तेच तिला सुचत नव्हतं. पुन्हा एकदा तीच अस्वस्थ शून्यावस्था! पण किती फरक होता तिच्या आताच्या आणि मघाच्या अवस्थेत? काही वेळापूर्वी ती आनंदाने सैरभैर झाली होती आणि आता खिन्नतेने... विचाराच्या गुंत्यात सापडलेल्या वत्सलेचं मन मग नकळत भूतकाळात गेलं. कोवळ्या वयातील वत्सला... नव्हे त्यावेळची वसू तिला दिसू लागली.

नाशिकच्या त्या आठवणींनी वसूच्या घशात आवंढा दाटला. कधी त्र्यंबकेश्वर तर कधी काळ्या रामाच्या मंदिरातल्या मैत्रिणींसोबतच्या आठवणी जाग्या झाल्या. गोदावरीचा रम्य परिसर आठवला. सुटीच्या दिवशी मैत्रिणींसोबत तिथे खेळताना खूप मजा यायची. किती साधं, सोपं जीवन होतं ते... छोट्या छोट्या गोष्टींत आनंद होता. सगळं जग निष्पाप, निरागस आहे असंच वाटत असे.

गोदावरीच्या परिसरात अनेक मंदिरं... त्यातल्याच एका मंदिराची देखभाल तिचा मामा करत असे. देवळामागच्या छोट्या घरात मामा-मामींसोबत ती राहत असे. आई-वडील तिला आठवतच नव्हते. कारण

मामा-मामींच्याच छायेत वसू वाढली होती. परिस्थिती बेताची होती. कष्टही करावे लागायचे, पण ते जाणवलेच नाहीत. वयाच्या सतरा-अठरा वर्षांपर्यंत शिक्षण, मैत्रिणी, घरकाम यात जीवन आनंदाने व्यतीत होत होतं.

एके दिवशी नेहमीप्रमाणेच वसू बाजारातून भाजी घेऊन परतली. येताना सहज तिचं लक्ष गेलं. पाहुण्यांच्या खोलीचं कुलूप काढलेलं होतं... त्यांच्या घराशेजारचीच ती खोली, पण कुलूपबंद असायची. तीर्थस्थळी दर्शनाला आलेले कितीतरी लोक मामाकडे धार्मिक कार्यासाठी येत. त्यांच्यासाठी ती खोली राखून ठेवलेली असे. घरी जाऊन वसूने पिशव्या ठेवल्या, तेवढ्यात मामा म्हणाला, "वसू... जरा सरबत करतेस? यजमान आलेत." वसूला हसायला आलं. आपल्या घरी पाहुणे आलेल्यांना 'यजमान' का बरं म्हणायचं? ते अतिथी, आपण यजमान, असं ती म्हणायची; पण मामा म्हणायचा, 'ते यजमान, आपण उपाध्ये... त्यांचा मान मोठा!'

हसू दाबत वसूने सरबत करून दिलं. मामाने ते पाहुण्यांना नेऊन दिलं आणि आल्यावर सांगितलं, "त्या चौघाजणांची रात्रीची जेवणाची व्यवस्था करायची. देवपूरहून विश्वनाथशास्त्री आले आहेत. त्यांना घेऊन उद्या नारायण नागबळी करायचाय. मी आता चिंतामण शास्त्रींकडे जाऊन उद्याची व्यवस्था सांगतो. सकाळी सर्व पार पडलं की तिकडेच जेवणं करून दुपारी ते लोक परत जातील."

मामा बाहेर गेला तशी वसूने स्वयंपाकासाठी जमवाजमव करायला घेतली. आजकाल मामीची तब्येत बरी नसायची. वसू तिला म्हणाली, "मामी, शिरा-पुरी, बटाट्याची भाजी, भात-आमटी असा बेत करते. चालेल ना?"

खोकत खोकत मामी म्हणाली, "हो चालेल. मी चटणी-कोशिंबीर करते." "नको मामी, मी करेन सगळं. तू काळजी नको करू." वसू म्हणाली. "हो गं, माझी बाई, तू करशीलच नीट; पण थोडी मदत करते. भाज्या वगैरे तरी चिरून, निवडून देईन." मामी म्हणाली. वसूने मग सगळा स्वयंपाक केला. रात्री ती पाहुण्यांना जेवायला वाढत होती तेव्हा पाहुणे म्हणाले, "अगदी रुचकर झालाय स्वयंपाक!" मामा कौतुकाने म्हणाला, "शास्त्रीबुवा, माझ्या या भाचीने केलाय बरं का!"

"वा! छान!" शास्त्रीबुवांच्या या कौतुकाला वसूने हसून उत्तर दिलं. क्षणभरच त्यांच्याकडे नजर गेली; पण वसूला त्यात आपुलकी जाणवली.

दुसऱ्या दिवशी संध्याकाळी पाहुण्यांना निरोप देऊन मामा घरी आला. आणि मामीला काहीतरी सांगू लागला. कपडे वाळत घालून वसू घरात शिरली आणि मामा तिला म्हणाला, "बस जरा. तुला काही सांगायचंय. बाळ, आता तू मोठी झालीस..." मामाला काय म्हणायचंय, तिला कळेचना. "अगं, मुलीला मोठं होताना बघून आई-बापाला आनंद होतो तशी काळजीही वाटते. तिचं हक्काचं घर, योग्य जोडीदार शोधायला हवा याची जाणीव होते." "मामा, काय झालंय तुला? इतका गंभीर का झाला आहेस आज?" "वसू, काल शास्त्रीबुवा आले होते ना, त्यांनी माझ्यापुढे प्रस्ताव ठेवलाय आज. शास्त्रीबुवांच्या मनात तुला सून करून घ्यायची आहे. एकुलता एक हुशार मुलगा आहे. आर्थिक स्थिती उत्तम आहे. शास्त्रीबुवांना तर पंचक्रोशीत 'देवमाणूस' म्हणतात. पोरी, नशीब काढलयस तू..." मामाचा कंठ दाटून आला होता.

"अहो, पण मुलांची पसंती? वसूला काय वाटतंय तेही विचारायला हवं. शिवाय, तालेवार लोकांच्या अपेक्षा पण खूप असतील. जमेल ना आपल्याला?" मामीने शंका काढली.

"मीही हे सगळं विचारलं शास्त्रीबुवांना. ते म्हणाले, "मुलगा माझ्या शब्दाबाहेर नाही. आणि फक्त श्रीफळ हवंय मुलीसोबत... बाकी काही नको."

"काय गं वसू, तुला काय वाटतंय?"

"मला नाही काही कळत. फक्त एवढंच वाटतंय, तुमच्यापाशी राहायचंय अजून. एवढी घाई कशाला?" वसू म्हणाली.

"अगं वेडे, आणखी दोन-तीन वर्षांनीही तू असंच म्हणशील; पण बाळा, एवढं उत्तम स्थळ नशिबानेच मिळतं गं. ताईची पुण्याई म्हणून घरी चालत आलंय हे स्थळ... मला वाटतं, आपण होकार कळवावा, काय गं वसू?"

"मी काय सांगू? माझ्यासाठी काय चांगलं ते तुम्हा दोघांनाच कळतं.' वसू किंचित लाजत म्हणाली. तिची संमती मिळताच मामाचा

जीव हलका झाला. तो म्हणाला, "चला तर, शास्त्रीबुवांना कळवतो. सहा महिन्यांत शुभमंगल!" "अहो जरा धीर धरा, एकदा पाहुण्याचा कार्यक्रम करायला हवा. शक्यतो त्याच्या घरीच जाऊ आपण, म्हणजे सगळंच नजरेखालून घालता येईल," वसूची मामी म्हणाली.

शास्त्रीबुवांच्या वाड्यात पाऊल ठेवल्यावरच सगळेजण भारावून गेले. दिंडीदरवाज्यातून आत गेल्यावर समोरचा आटोपशीर दगडी वाडा दृष्टीस पडला. समोर मोठा चौक आणि त्यानंतर पायऱ्या चढून प्रशस्त सोप्यावर बैठकीची खोली होती. तिथला गालिचा, गाद्यांवरचे, लोडांवरचे मखमली आच्छादन, टापटीप बघून वसुधा भारावून गेली.

"बसा," शास्त्रीबुवा म्हणाले. पाचच मिनिटांत पाणी घेऊन शास्त्रीबुवांच्या पत्नी वेदवतीबाई आल्या. "ही विश्वंभराची आई," शास्त्रीबुवांनी ओळख करून दिली. वसुधाने हळूच पाहिलं. त्यांचा अतिशय रेखीव बांधा, तेजस्वी चेहरा पाहून ती दिपून गेली. अंगावरची साडी आणि दागिन्यांमुळे त्यांचं देखणेपणं आणखी खुललं होतं. आयुष्यात पहिल्यांदाच स्वतःचं रूप आणि परिस्थिती यांचा विचार वसूच्या मनात आला. आपल्यासारखी सामान्य मुलगी इथे शोभेल का, असं तिला वाटून गेलं.

चहापाण्यासोबत जुजबी प्रश्नोत्तरं झाली. अधिकाधिक संवाद शास्त्रीबुवाच साधत होते. वेदवतीबाई अलिप्त व मितभाषी वाटत होत्या. वसूच्या मामा-मामींना काही अंदाज बांधता येईना. काही वेळाने शास्त्रीबुवांनी पत्नीला सांगितलं, "स्नानसंध्या आटोपली असेल तर विश्वंभराला बोलवा." पाचच मिनिटांत विश्वंभरशास्त्री बैठकीत आला. वडिलांचा उंच बाधा, आईचा लख्ख गोरा रंग आणि रेखीव नाक-डोळे... पाहतच राहावं असं रूप होतं... आताही तो क्षण आठवल्यावर वसू रोमांचित झाली. त्या वेळी त्यांना पाहून वसू आणि मामा-मामी साऱ्यांनाच वाटलं, "एवढ्या राजबिंड्या मुलासाठी शास्त्रीजींनी वसूला कसं बरं विचारलं?"

शास्त्रीजी बराच वेळ विश्वंभरबद्दल बोलत होते. त्याची धर्मनिष्ठा, हिंदू धर्माविषयीचं अध्ययन, संस्कृत पारंगतता याविषयी सांगत होते. नंतर ते म्हणाले, "विश्वंभर, तू बोल काहीतरी..."

त्यावर विश्वंभर एकच वाक्य बोलला... "अजून खूप काही करायचंय."

"तुला काही विचारायचं असलं तर..." या वडिलांच्या सूचनेवर तो म्हणाला, "नाही बाबा." तेवढ्यात वेदवतीबाईंनी पोहे आणले. सर्वांसोबत ते खाऊन झाल्यावर तो उठला. "बाबा मी निघू? बोरगावला जायचंय व्याख्यानासाठी..." त्याने शास्त्रीजींना परवानगी विचारली. "बाबा, मी तुमच्या शब्दाबाहेर नाही." एवढंच बोलून तो निघाला. "पाहिलंत, सतत कामात असतो. देववाणीच्या प्रचारासाठी खूप काही करत असतो." शास्त्रीजी अभिमानाने म्हणाले. "वाऽऽ असं काहीतरी उच्च ध्येय हवं... तुमचे संस्कार आहेत, शास्त्रीबुवा. नाहीतरी आजकालची तरुण मुलं... घरी संस्कृतची कामधेनू असताना त्यांना परक्या इंग्रजी वाघिणीचं दूध हवं असतं." वसूचे मामा म्हणाले. "खरंच, लाख मोलाचं बोललात. संस्कृत भाषेत जगभराचं ज्ञान आहे. आमच्या घरी माझे पणजोबा, आजोबा, वडील सारेजण संस्कृत पंडित होते. वडिलांनी मला शिकवलं आणि आता विश्वंभरलाही खूप गती आहे." "खरोखरच... तुमच्या-सारख्यांशी असा परिचय झाला हे मी माझं भाग्य समजतो, शास्त्रीबुवा." मामाचा आवाज भरून आला होता. "मग आता आम्ही निघू का? तुमचा निर्णय सावकाश... "

"अहो, चांगल्या कामाला वेळ कशाला? मुली, तुला पसंत आहे का आमचं घर?" शास्त्रीवुवा वसूला म्हणाले.

तिला काय उत्तर द्यावं तेच कळेना... मग मामाच म्हणाले "शास्त्रीबुवा, तुमच्या घरची सून झाली तर भाग्यच उजळेल तिचं."

"घाई नको. हे बघ बाळ, तू विश्वंभरला पाहिलंस, त्याच्याविषयी ऐकलंस... त्याच्या या कार्यात त्याला घराचीही साथ हवी. आपल्याकडे घरची माणसं तीनच असली तरी येणं-जाणं खूप असतं. शेतीचा व्याप आहे. अर्थात गडीमाणसं असल्यामुळे कामाचा भार पडणार नाही. हे इकडे डाव्या बाजूला सोप्यावर लक्ष्मी-नृसिंहाचं मंदिर आहे. त्यामुळे कुळधर्म, कुळाचार असतात. पावित्र्य, नियमितता जपावी लागते. आम्ही दोघं आहोतच.."

"अहो, आत्ताच सगळं सांगायला हवं का? कळेल हळूहळू," विश्वंभरच्या आई म्हणाल्या.

"हो, तेही खरंच... यांना आत घेऊन जा. देवघर, स्वयंपाकघर दाखवा आणि देवासमक्ष ओटीही भरा... जोशीबुवा, तुमची भाची

आमच्या घरी द्याल ना?'' हसत हसत शास्त्रीबुवा वसूच्या मामाला म्हणाले. मग विश्वंभरच्या आईसोबत वसू आणि तिची मामी आत गेल्या. स्वयंपाकघर, देव्हारा, इतर खोल्या सगळं कसं टापटीप होतं. प्रशस्त देवघरात रेशमी साडी देऊन वसूच्या भावी सासूबाईंनी तिची ओटी भरली. त्यावेळी तिला आपण स्वप्नातच आहोत असं वाटत होतं.

परतताना मामा-मामी म्हणत होते, ''पोरी, खरंच नशीब काढलंयस.''... ''विश्वंभर किती तेजस्वी आहेत नाही? पण बोलले नाहीत फारसं...'' मामी म्हणाली. ''आईसारखे मितभाषी असावेत; पण शास्त्रीबुवा किती मोकळेपणाने बोलले. खरंच देवमाणूस!'' मामा म्हणाले. ''तुमच्या घरी आलो होतो त्यावेळचा वसुधाचा चटपटीतपणा पाहिला आणि खूणगाठ बांधली की अशीच सून हवी या वाड्याला!'' ''अगं बाई, खरंच? गुणांची पारख करणारी माणसं दुर्मिळच झाली आहेत आजकाल. खरंच आपली वसू नशीबवान आहे.'' मामी म्हणाली. मामा-मामींचं हे बोलणं ऐकताना वसूला मात्र शास्त्रीबुवांचं ते वाक्य आठवत होतं. ते म्हणाले होते, ''विश्वंभराच्या या कार्याला घरचीही तशीच साथ हवी.''

वसुधा मनोमन म्हणत होती, ''त्यांच्या विषयातलं, त्यांच्या कार्याबद्दलचं फारसं ज्ञान नसलं तरी घरच्या जबाबदारीचा भार सांभाळून मी त्यांना साथ देईन.''

त्यानंतरचे दोन महिने हरणाच्या गतीने सरले. मोजकीच माणसं सोबत घेऊन वसुधा, मामा-मामी देवपूरला गेले. थाटात लग्न पार पडलं. वसुधाच्या अंगावर नखशिखांत दागिने पाहून मामीने तिची अलाबला घेतली. निघताना म्हणाली, ''पोरी, लाख मोलाची माणसं मिळालीत तुला. सर्वस्व पणाला लावून जप त्यांना.''

तांदळाच्या ताटात वसुधाचं बदललेलं नाव लिहायला गुरुजींनी विश्वंभराला सांगितलं. त्यावेळी पटकन पुढे होत शास्त्रीबुवा म्हणाले, ''वत्सला... वत्सला नाव ठेव तिचं...'' आणि मग शेजारीच असणाऱ्या वसूच्या मामांच्या खांद्यावर हलकेच थोपटत म्हणाले, ''बरं का जोशीबुवा, पहिल्यांदा तुमच्या भाचीला पाहिलं ना, त्याच वेळी वाटलं होतं... अगदी आमच्या कपिला गायीसारखीच वत्सलता आहे हिच्या डोळ्यांत...

आईच्या मायेला बालपणीच मुकलो...देवाने मुलगी नाही दिली आम्हाला... आता वाटतंय, हिच्या रूपाने दोन्ही मिळाल्या.'' शास्त्रीबुवांच्या त्या भावना ऐकून मामाही पुन्हा एकदा गहिवरला. वत्सलेने हलकेच रुमालाने डोळे टिपले. विश्वंभरच्या चेहऱ्यावर नेहमीचीच स्थितप्रज्ञता होती आणि त्याच्या आईंनी किंचित खाकरून विषय बदलला. शास्त्रीबुवांनी नव्या सुनेकरिता एवढं भावनाविवश व्हावं हे त्यांना रुचलं नसावं. लग्नानंतरचा सत्यनारायण, गोंधळ, कुलदेवतेचं दर्शन, गावजेवण सारं काही यथास्थित झालं. पै-पाहुणे आपापल्या घरी गेले.

वाड्यावर आता शास्त्रीबुवा, वेदवतीबाई, विश्वंभर आणि वत्सला उरले. दादू गडीही वाड्यावर वस्तीला असे. वाड्याची साफसफाई, गोठ्यातल्या गाई-म्हशींचं सारं तोच करी. मोलकरीण काशी धुणं- भांडी, सारवण, सामान आणणं, भाजी निवडणं-चिरणं हे सारं करी. वत्सलाच्या सासूबाई स्वयंपाकघरातलं सगळं काही स्वतः बघत. वाड्यातल्या लक्ष्मी-नृसिंहाला रोज सोवळ्यातला स्वयंपाक करून नैवेद्य दाखवत. त्यामुळे मग आपण इथे काय करावं, हेच तिला कळत नसे. मग ती उगाचच इकडून तिकडे करी. वाड्यातल्या मोठ्यामोठ्या खोल्या, अंगण, परसबाग फिरताना तिचे पाय भरून येत. एवढ्या मोठ्या आवारात वावरायची सवय कुठे होती?

स्वयंपाकघरात सासूबाईंची लगबग चालू असलेली पाहून वत्सला त्यांना मदत करण्यासाठी तिथे जाई; पण प्रत्यक्ष स्वयंपाकात तिने भाग घेऊ नये असंच कदाचित त्यांना वाटत असावं. मग त्या तिला कोठीच्या खोलीतून शिधासामान आणणे, परसबागेतून मिरच्या, कढीलिंब आणणे अशी वरकड कामे सांगत. महिना दोन महिने झाल्यावर वत्सलाला वाटू लागलं की, स्वयंपाकघरातलं आपल्याला काहीच काम येत नाही, असं तर त्यांना वाटत नसेल ना? पण संधीच दिली नाही तर कौशल्य तरी कसं दाखवता येणार? मग ती त्यांना भाजी चिरू का, कोशिंबीर करू का, असं हळूहळू विचारत राही. त्यांच्याकडून फारसा प्रतिसाद मिळाला नाही तरी ती आपला प्रयत्न सोडत नसे. हळूहळू जेवायला बसण्यापूर्वीची तयारी, जेवायला वाढणे, मागची आवराआवर करणे ही कामं वत्सला करू लागली.

दिवसभर करायचं तरी काय, वेळ कसा घालवायचा, याची उत्तरं

तिने मिळवली. नव्या घरात स्वतःला जुळवून घेऊ लागली. पहाटे लवकर येऊन काशी सडा-सारवण करीत असे. मग वाड्याच्या दारात, डावीकडच्या लक्ष्मी-नृसिंह मंदिरात, तुळशी वृंदावनासमोर वत्सला सुबक रांगोळ्या काढत असे. सर्वांचं चहापाणी, न्याहरीची व्यवस्था करीत असे. शास्त्रीबुवांना पूजेची जय्यत तयारी करून देई. नियमितपणे सकाळची ही कामे झाल्यावर मग सासूबाईंच्या कलाने त्यांना मदत करी. शास्त्रीबुवांना ती 'आबा' म्हणत असे. तिला त्यांचा आधार वाटे. तिला समजून घेण्याचा ते नेहमीच प्रयत्न करीत असत, हे तिच्या लक्षात येई; पण अलिप्तपणे आणि अबोलपणे वागणाऱ्या विश्वंभर, वेदवतीबाईंचा मात्र तिला अंदाज येत नसे.

एकदा कुणातरी पाहुणीजवळ सासूबाई म्हणत होत्या, "माझ्या देखण्या, गोऱ्यापान विश्वंभराच्या गळ्यात ही काळी बाहुली बांधलीय. आमच्या तालेवार घराण्याला शोभतं तरी का हे ठिगळ?" स्वयंपाकघरात शिरताच वत्सलेच्या कानी हे शब्द पडले आणि तिचे हात-पाय थरथर कापायला लागले. कशीतरी शेजारच्या अडगळीच्या खोलीत जाऊन ती रडायला लागली. आपलं रूप आणि परिस्थिती सामान्य आहे म्हणूनच ही वागणूक मिळत असेल? वत्सलेला उत्तरंही मिळत होती. आणि प्रश्नही पडत होते. असं सासर, असा जोडीदार मिळाला म्हणून आपण स्वतःला विशेष समजायला लागलो की काय, तिला वाटलं. अखेर साऱ्या विचारमंथनातून तिने स्वतःला समजावलं. अनाथ, गरीब, सामान्य असले तरी माझं वागणं, माझं कर्तृत्व यातून स्वतःला सिद्ध करेन. नशीबवान म्हणूनच हे सासर मिळालं; पण याच्या योग्य होण्याचा जिवापाड प्रयत्न करीन. निरोपाच्या वेळचे मामीचे शब्द आठवून वत्सलेने डोळे पुसले आणि कसलीही कटुता मनात न ठेवता नव्या निर्धाराने कामाला लागली.

आदर्श गृहिणी होण्यासाठी तिचे प्रयत्न चालूच असत. सासूबाईंकडून अनेक गोष्टी शिकण्यासाठी ती खटपट करीत राही. त्यांचा वावर, त्यांचं करणंसवरणं याचं निरीक्षण करीत राही. त्याचबरोबर आपण उगाच लुडबूड केलेली त्यांना खपत नाही याचंही भान तिला असे. त्यांची मर्जी जिंकण्यासाठी धडपडत राही. आबांचे सगळीकडे लक्ष

असे. काहीवेळा तिचं अवघडलेपण दूर करण्यासाठी मग ते तिला बोलतं करीत. शेतीचे हिशेब, औषधी वनस्पतींची माहिती असं काहीतरी सांगत राहत.

तिचा नवरा विश्वंभर या कशातच नसे. चहा, न्याहरी, दोन वेळा जेवण, स्नानसंध्या याव्यतिरिक्त त्याचा खालच्या घरात वावर नसे. माडीवरच्या आपल्या खोलीत मोठमोठ्या ग्रंथांचं अध्ययन, लेखन-वाचन यातच तो मग्न असे. त्याच्या या अध्ययनात कुणी विक्षेप आणायचा नाही, असा जणू अलिखित नियम असे. वत्सला नेहमीच नवऱ्याशी दबकून वागत असे. नवऱ्याला 'स्वामी' मानायचं असतं हा स्त्रीधर्म आणि त्याच्यापेक्षा सर्वच बाबीतलं सामान्यपण या दोन गोष्टींचा तिला विसर पडत नसे. विश्वंभरला आपल्या कामात स्वत:चंही भान नसायचं. मग वत्सलेकडे कुठलं लक्ष असायला? वत्सलेला या गोष्टींचं कधी वैषम्य वाटे, तर कधी कौतुक! आपला असामान्य नवरा इतक्या अभ्यासूपणाने हे काम करतोय, त्यातून नक्की काहीतरी विलक्षण आकाराला येणार. आबा म्हणतात तसं तो घराण्याचं नाव काढणार. इतकं थोर कार्य करताना सामान्य नवऱ्यासारखं त्याला बायकोचं भान राहावं तरी कसं? अशावेळी तिला आठवे, नाशिकच्या देवळातले कीर्तनकार सांगत असत, 'जया अंगी मोठेपण, तया यातना कठीण!' ज्याला 'पंडित' व्हायचंय, त्याने संसारातल्या साध्या साध्या बाबतीत गुंतून कसं चालेल? त्याला साथ देण्याची आपली भूमिका आठवून मूळचीच अल्पसंतुष्ट असलेली वत्सला मग त्याच्याबाबतीत निरपेक्ष होऊन जाई. निवांत वेळी उगाचच लग्नातल्या रेशमी साड्या, दागिने पाहत बसे. हे सारं वैभव, विद्वान पती मिळाल्याबद्दल स्वत:ला भाग्यवान मानत असे.

दिवस पुढे पुढे सरकत होते. वत्सलेचे सारे सणवार हौसेने होत होते. त्यानिमित्ताने गावातल्या प्रतिष्ठित बायकांची वर्दळ वाड्यावर होत होती. ते सारं ऐश्वर्य बघून वत्सलाला स्वत:च्या भाग्याचाच कधी कधी हेवा वाटे. वत्सला सासरी रुळली होती. हळदीकुंकवाच्या एका समारंभात कुणा वयस्कर स्त्रीने वत्सलाकडे पाहून तिच्या सासूबाईंना विचारलं, "हे काय? अजून पाळण्याची तयारी नाही वाटतं? वर्ष झालं ना लग्नाला? विश्वंभरला म्हणावं, आता थोडं घरच्या पोथीत लक्ष घाल..." तिच्या

त्या खवचटपणाचा राग येण्यापेक्षा वत्सलाला वरमल्यासारखं झालं. काहीतरी कारण काढून ती आत निघून गेली. थोड्या वेळाने सगळ्या बायका निघून गेल्यावर मागची आवराआवर करताना वत्सलाने सासूबाईंना हलक्या आवाजात कुजबुजताना ऐकलं, 'ताई, अगं, कुणा-कुणाच्या तोंडाला हात लावू शकतो आपण? लोक तरी बोलणारच ना?... मी म्हणते, विश्वंभरचं मन संसारात रमावं असं काही आहे का तिच्यात? किती सुंदर सुंदर मुली सांगून येत होत्या. त्यांनाच काय भूल पडली आणि या पोरीला सून करून घ्यायची असं ठरवून टाकलं त्यांनी..."

"अगं, होईल सगळं नीट, मी बोलते..." असं म्हणत विश्वंभरच्या ताईमावशींनी वत्सलाला बघून तो विषय बदलला; पण वत्सलाच्या कानी पडलं होतंच!

दुसऱ्याच दिवशी संध्याकाळी परसबागेतल्या झाडांना वत्सला पाणी घालत होती. तेवढ्यात ताईमावशी तिथे आल्या आणि तिथल्या दगडी कट्ट्यावर बसल्या.

"तुझी सासू कुठं गेलीय गं?" मिष्कीलपणे त्या तिला म्हणाल्या.

"आज पौर्णिमा आहे ना, शेतातल्या देवीची ओटी भरायची असते. तिकडे गेल्या आहेत." ती म्हणाली.

"तू गेली नाहीस का कधी?" त्यांनी विचारलं. हातातलं काम पुरं करत तिने नकारार्थी मान हलवली.

"ये, बैस इथं..." त्यांनी तिला सरकून जागा दिली. "मी आल्यापासून बघतेय, सतत काही ना काही चालू असतं तुझं... " तिचं कौतुक करत त्या म्हणाल्या. "बाकी कशी आहेस? खूश आहेस ना तू?" त्यांचा आपुलकीचा स्वर ऐकून तिच्या डोळ्यांत पाणी तरळलं. तिचा हात हातात घेत त्या म्हणाल्या... "नशीबवान आहेस पोरी... नवरा, सासू-सासरे, घर, शेती... सगळं काही छानंय तुझं... पण तरीही मी काही सांगितलं तर करशील?" तिने मान हलवली. "बाळ, लहान आहेस अजून... माझं आयुष्य संपत आलंय... काही अनुभवाचे बोल सांगते. आत्ता तुला पटणार नाही कदाचित; पण रागावू नकोस... ऐकून ठेव... अगं, संसारात फक्त परिश्रम करून चालत नाहीत. ज्याच्यासाठी ते करायचे त्याचाही हात हातात घट्ट धरून ठेवायला हवा. पती-पत्नी दोघांनाही एकमेकांच्या कष्टांची जाण असायला हवी. बायकोने केवळ

भक्ती करून चालत नाही तर प्रीतीही करावी लागते. प्रेम करायचं असतं आणि मिळवायचंही असतं. तरच संसार सुखाचा होतो. मला माहीत आहे बाळ, असे संसार फारच कमी असतात; पण प्रयत्न करायला हवा...'' मावशीच्या त्या बोलण्यातलं तिला काही समजलं, तर काही समजलंच नाही. ती गोंधळलेल्या चेहऱ्याने पाहत राहिली. त्यावर हसून ताईमावशी म्हणाल्या, ''अगं, अशी घाबरू नकोस, बाळ! विश्वंभर, तुझा नवरा अगदी सरळमार्गी, सालस आहे गं; पण त्याला संसाराची ओढ वाटायला हवी ना? तो जे काम करतो ते श्रेष्ठच आहे, पण प्रपंचात त्याला रस वाटायला हवा की नको? बायको म्हणून तुझीही ती जबाबदारी नाही का? त्याच्या प्रबंधाचं काम आता पुरं होत आलंय. त्याच्याशी मी बोलणार आहे; पण आधी तुला सांगते... तू सून आहेस या घराची! 'मालकीण' म्हणून रुबाबात कसं वावरायचं ते थोडं सासूकडून शिकून घे. तुझ्या सुंदर साड्या, दागिने हे कपाटाची शोभा वाढवायला नाहीयेत. तुझ्यासाठीच आहेत ते. तुझं रूप झळाळू दे त्यांनी. पुरवून पुरवून वापरायची सवय सोडून दे. वेळप्रसंगी हट्ट करून मागून घे. लक्षात येतंय ना तुझ्या? छान राहायचं अगदी... विश्वंभरला शोभेल असं...'' ताईमावशी अगदी आपुलकीने समजावून सांगत राहिल्या आणि वत्सला ऐकत राहिली. ''आणखी एक व्रत सांगते... करशील? हे बघ एकवीस मंगळवार उपवास करायचे. गावाबाहेरच्या सिद्धिविनायकाचं संध्याकाळी दर्शन घ्यायचं आणि मग उपवास सोडायचा. जमेल तुला?'' ''पण मावशी, गावाबाहेरच्या मंदिरात.. मी...?'' चाचरत ती म्हणाली. ''अगं, एकटीने नाही, विश्वंभरसोबत जायचं... छान नटून... कळलं?'' डोळे मिचकावत मावशी म्हणाल्या.

''पण...''

''अहं, त्याची काळजी तुला नको. मी बघेन त्याला कसं सांगायचं ते! तुला समजतंय ना? थोडी त्याच्याबरोबर राहत जा... एवढं व्रत कर. मग बघ, ज्या बायका तुला काल टोचून बोलल्या, त्या पुढच्या वर्षी हळदीकुंकवाला तुझं कोडकौतुक करायला येतील.'' ताईमावशी म्हणाल्या.

''इश्श'' म्हणून वत्सला लाजली.

''वाऽ छान लाजतेस की! तुझ्या नवऱ्याने पाहिलंय का कधी,''

त्या हसत म्हणाल्या.

तेवढ्यात वत्सलेला स्वयंपाकघरातला दिवा लागलेला दिसला व तिच्या लक्षात आलं, संध्याकाळ झाली. "सासूबाई आल्या वाटतं..." म्हणत ती धडपडून उठली.

"असू दे गं, बैस. खात्येय का काय तुझी सासू?" वत्सलेला मावशींनी हाताला धरून पुन्हा खाली बसवलं. आणि स्वत:च हाक मारत म्हणाल्या, "माई... इकडे ये गं परसदारी..." छान जरीची साडी नेसलेल्या वेदवतीबाई त्यांच्यापाशी आल्या.

"कुठे गेलीस होतीस गं इतकी नटून?" "अगं ताई, आज पौर्णिमा आहे ना? शेतातल्या देवीची ओटी भरायची असते."

"अगं बाई, आता किती वर्षं या साऱ्या गोष्टी तू करशील? अगं, सुनेवर सोपवावं थोडं... त्यांनाही कळायलाच हवं की! काय गं वत्सला, पुढच्या पौर्णिमेपासून तू जात जा देवीची ओटी भरायला... विश्वंभर नेईल तुला... जाशील ना? सून आहेस या घरची... इथले कुळाचार पाळायला हवेत तुला!" ताईमावशींची चतुराई वत्सलेने ओळखली.

दुसऱ्याच दिवशी त्या विश्वंभराशीही बोलल्या. दोन दिवसांनी सकाळच्या चहाच्यावेळी सर्वांसमक्ष त्या म्हणाल्या, "वत्सला, अगं आज मंगळवार. उपवास आहे ना तुझा? बरं का रे विश्वंभर... संध्याकाळी गावाबाहेरच्या सिद्धिविनायकाच्या दर्शनाला जाताना हिलाही ने बरं का तुझ्याबरोबर!" मावशींनी जणू फर्मानच सोडलं.

दुपारी चार वाजता विश्वंभर वत्सलेला म्हणाला, "साडेपाचला निघू या आपण..." लग्नानंतर दोघांनीच बाहेर जायचा प्रसंग कधी आलाच नव्हता. त्यामुळे वत्सला त्या कल्पनेनेच मोहरून गेली होती. विश्वंभराच्या सोबतीने चालता चालता 'हा रस्ता संपूच नये,' असं तिला वाटत होतं. तिच्या त्या मन:स्थितीची विश्वंभरला कल्पना तरी होती की नाही कोण जाणे! आपल्याच विचारात तो वाट चालत होता. वाटेत भेटलेल्या कुणी नमस्कार केला तर प्रतिसाद देत होता आणि पुढे जात होता. ताई-मावशींनी सांगितल्याप्रमाणे जरीची साडी, दागिने घातलेली वत्सला आज उठून दिसत होती. तिचं सावळं, सात्त्विक रूप खुलून दिसत होतं. गावातले लोक या जोडीकडे कौतुकाने पाहत होते.

चार दिवसांनी आपल्या गावी परतताना ताईमावशींनी वत्सलेला

आशीर्वाद देत म्हटलं, "सौभाग्यवती भव, पुत्रवती भव..."

वत्सलेचं मंगळवारचं व्रत सुरू होतं. दिवसभर उपवास करायचा आहे, यापेक्षा संध्याकाळी जोडीने देवदर्शनाला जायचं आहे, इकडे तिचं चित्त लागलेलं असायचं. त्या दोघांना जोडीने देवदर्शनाला जाताना पाहून शास्त्रीबुवा पत्नीला म्हणत... "चिरंजीव संसाराला लागलेत असं वाटतंय... आता सारं छान होईल."

काही दिवसांनी दुपारच्या वेळी लगबगीने विश्वंभर घरी आला. झोपाळ्यावर टेकत शास्त्रीबुवांना म्हणाला, "बाबा, मी तुम्हाला सांगितलं होतं ना, वाराणसी संस्कृत विश्वविद्यालयाच्या शिष्यवृत्तीबद्दल?... मी पत्र लिहिलं होतं त्यांना... आजच उत्तर आलंय... दोन महिन्यांत मला शोधनिबंध तयार करून पाठवायला सांगितलंय..." विश्वंभराने एका दमात सारं सांगून टाकलं.

"अरे, होऽ, होऽ, थोडा दम खा.. उन्हातून आला आहेस. सावकाशीने सांग." "नाही बाबा, आता घाईच करायला हवी. बरीचशी सामग्री जमवलीय मी, आता सिद्धतेला लागायला हवं. अशी संधी पुन्हा पुन्हा नाही येत." असं म्हणत उठून विश्वंभर आपल्या खोलीकडे चालायला लागला देखील! शास्त्रीबुवा पाहतच राहिले. आपल्या मुलाच्या बुद्धिमत्तेबद्दल, त्याच्या अभ्यासू वृत्तीबद्दल अभिमान बाळगावा की त्याच्या या स्वभावामुळे त्याच्या संसाराची चिंता करावी, हेच त्यांना कळत नव्हतं. आता कुठे तो संसारात रमलाय असं वाटत होतं, तोपर्यंत हे नवीन खूळ? त्यांना आठवलं, विश्वंभराची प्रखर बुद्धिमत्ता बालपणापासूनच जाणवत असे. शास्त्रीबुवांचे परिचित विद्वान घरी येत त्यावेळी 'तो कुणी शास्त्रवेत्ता होईल' असं सहज म्हणून जात. अर्थात घराणंच शास्त्री-पंडितांचं असल्यामुळे 'गवयाचं मूल सुरातच गाणार' असंही काहीजण म्हणत. शास्त्रीबुवांना त्या वेळी संतोषच वाटे; पण पुढे पुढे वयानुरूप बालसुलभ हट्ट, तारुण्यसुलभ हौस यातलं काहीच विश्वंभरच्या वागण्यातून जाणवत नसल्यामुळे त्यांना काळजी वाटू लागली. ग्रंथ आणि अध्ययन यातच तो चोवीस तास गढून गेलेला असे. संस्कृत साहित्याची गोडी लागल्यामुळे त्याच विषयात तो पदवीधर झाला. घरची कोणतीच जबाबदारी त्याच्यावर नसल्यामुळे पुढेही त्याच व्यासंगात रमून गेला.

संस्कृतचा प्रचार आणि प्रसार करण्यासाठी गावोगावी फिरू लागला. एकुलता एक मुलगा धर्मकार्यात गुंतलेला पाहून त्याच्या आई-वडिलांनाही आनंद होई. विशेषत:, वेदवतीबाईंना आपल्या मुलाचा विशेष अभिमान वाटत असे. शास्त्रीबुवांना मात्र अलीकडे वाटू लागलं होतं की, वेळेवरच या मुलाला संसाराच्या जबाबदारीत गुंतवायला हवं; अन्यथा तो एखादे दिवशी घर सोडून निघून जाईल. मग हा वाडा, शेती, पिढ्यान्‌पिढ्यांची ही पुण्याई वाया जाईल. त्यांनी अशी भीती बोलून दाखवली की वेदवतीबाई हसून म्हणत, "अहो, संसार सगळेच करतात. आपला मुलगा काही वेगळं करतोय, करू दे त्याला... माझी खात्री आहे, विश्वंभर लग्नाला उभा राहील तेव्हा वधुपिते रांगा लावतील वाड्याच्या दाराशी!"

का कुणास ठाऊक पण शास्त्रीबुवांच्या मनात विश्वंभरविषयी धास्ती असे. म्हणूनच मग सालस स्वभावाच्या वसूला त्यांनी आपली सून करून घेतली होती. विश्वंभरचं आताचं बोलणं ऐकून शास्त्रीबुवा पुन्हा एकदा धास्तावले. सावकाशीने सविस्तरपणे त्याला सगळं विचारून घेतलं आणि त्यांच्या लक्षात आलं की, विश्वंभरने उपनिषदांविषयी जे अध्ययन केलं होतं, त्याविषयीचा प्रबंध त्याला वाराणसीला पाठवायचा आहे. त्याचे अभ्यासपूर्ण परीक्षण करून तो योग्य ठरला तर उच्च शिक्षणासाठी विश्वंभरला शिष्यवृत्ती मिळेल. अत्यंत उत्साहाने विश्वंभरने ही सर्व माहिती दिली आणि सगळेजण भारावून गेले.

त्यानंतर दोनच दिवसांनी शास्त्रीबुवा नित्याप्रमाणे देवपूजा करीत होते आणि बदामाचा शिरा घातलेली चांदीची वाटी त्यांच्यापुढे ठेवत वेदवतीबाई म्हणाल्या, "आज हा नैवेद्य दाखवायचाय."

"काय आहे आज विशेष?" शास्त्रीबुवांनी विचारलं.

"आपल्या वत्सलेचं मंगळवारचं व्रत सफल झालं. नातवंडाची चाहूल लागतेय," शास्त्रीबुवांचा कंठ दाटून आला. मनोमन परमेश्वराचे आभार मानत ते म्हणाले,

"देवा, तुझी कृपा. आता सारं ठीकच होईल."

वत्सलेला गरगरल्यासारखं होत होतं म्हणून मुरवळा खायला देऊन विश्रांतीसाठी वेदवतीबाईंनी तिला वर पाठवलं. वरच्या खोलीत नेहमीप्रमाणे विश्वंभर प्रबंधाच्या कामात गढून गेला होता. वत्सला खोलीत आली

तरीही त्याच्या ध्यानी आलं नाही. मग थोड्या वेळाने तीच त्याला म्हणाली ''आज संध्याकाळी सिद्धिविनायकाच्या दर्शनाला जायचं का? मावशी म्हणाल्या त्याप्रमाणे दोघांच्याही मनातल्या इच्छा पूर्ण केल्या आहेत.'' कामात गुंतलेल्या विश्वंभरने नीटपणे जाणून न घेताच मान डोलवली.

दुपारी जेवताना त्याची आई म्हणाली, ''बरं का विश्वंभर, ताई-मावशीने सांगितलं होतं, तसंच घडलं बघ. अरे, सिद्धिविनायकाच्या कृपेने तुझा प्रबंध पूर्ण होतोय आणि वत्सलेला बाळाची चाहूल लागलीय. समजलं ना? बाप होणार आहेस तू. जबाबदारी वाढली. काळजी घे तिची.''

विश्वंभरला आता वत्सलेच्या बोलण्याचा अर्थ कळला; पण नेहमीच्याच पद्धतीने तो म्हणाला, ''अगं, तिची काळजी मी कशाला करू? तुम्ही दोघं आहात की!''

दोन महिन्यांनी प्रबंधाचं काम हातावेगळं केल्यावर विश्वंभरला थोडी मोकळीक मिळेल असं सर्वांना वाटलं होतं; पण नेहमीप्रमाणे त्याचे वेगवेगळे उपक्रम सुरूच होते. प्रबंधात गुंतल्याकारणाने जी कामे बाजूला पडली होती ती मार्गी लावणं, पुढच्या कामांचं नियोजन करणं यात विश्वंभर गुंतला होता. एके दिवशी अचानक तार आली की, 'शिष्यवृत्ती मंजूर झाली आहे. चार दिवसांत वाराणसीच्या वेदभवनात रुजू व्हा.' मग मात्र तारांबळ उडाली.

वर्षभरासाठी आता विश्वंभराला वाराणसीलाच राहायला लागेल, हे स्पष्ट झालं. त्यावेळी शास्त्रीबुवा म्हणाले, ''अरे, वत्सलेला अशा अवघड प्रसंगी तुझी गरज आहे.'' त्यावर कागदपत्रं आवरत विश्वंभर म्हणाला, ''मी नसलो तरी तुम्ही सर्वजण आहात ना तिच्यापाशी?''

रीतीप्रमाणे डोहाळे जेवणानंतर मामा-मामीसह वत्सला नाशिकला आली. मामीने मायेने तिचं बाळंतपण केलं. 'मुलगा झाला' म्हणून शास्त्रीबुवांनी विश्वंभरला कळवलं. बारशादिवशी वत्सलासह सारेजण त्याची वाट पाहत होते; पण तो येऊ शकला नाही. थाटात बारसं झालं आणि बाळाचं नाव राघवेंद्र ठेवलं गेलं. त्या बाळजीवाकडे पाहून वसू हरखून जाई. अडीच महिन्यांच्या राघवेंद्रला घेऊन ती देवपूरला आली

तेव्हा त्याच्या आजी-आजोबांना घराचं गोकुळ झाल्यासारखं वाटलं. आता तरी विश्वंभरने यायला हवं, असं वत्सलाला वाटे; पण राघवेंद्र वर्षाचा होत आला तरी त्याची वडिलांशी तोंडओळखही झाली नाही. अखेर जावळाच्या निमित्ताने शास्त्रीबुवांनी आग्रहच धरल्यामुळे विश्वंभर आला. दोनच दिवसांनी परत जाताना त्याने सांगितलं, की त्याला आणखी दोन वर्षं तिथल्या सर्वश्रेष्ठ आचार्यांच्या मार्गदर्शनाखाली वेदांचं सखोल अध्ययन करण्याची संधी मिळत आहे. मग शास्त्रीबुवांनीही त्याला लगेच परत फिरण्याची सक्ती केली नाही. वत्सलाला मात्र वाटत राहिलं की राघवेंद्रच्या पहिल्यावहिल्या बाळलीला पाहता आल्या नाहीत, पण त्याचे पहिलेवहिले बोल ऐकण्यासाठी विश्वंभराने इथे असायला हवं; पण अर्थातच उघडपणे ती तसं म्हणू शकली नाही.

अवखळ राघवेंद्रच्या कौतुकात दिवस वेगाने पळत होते. शास्त्रीबुवांना नातू म्हणजे जीव की प्राण वाटत असे. वेदवतीबाईंचा स्वभावही निवळला होता. आतापर्यंत वत्सला चांगलीच रुळली होती. तिच्या मायाळूपणामुळे सासू-सासऱ्यांची लाडकी सून, गोजिरवाण्या राघवाची आई म्हणून वत्सला स्वतःला भाग्यवान समजत होती. उणीव फक्त विश्वंभरची वाटत होती; पण ठरल्यावेळी तो परतणार या आशेवर ती इथल्या कामात मन रमवत होती.

दिवाळीचा पहिला दिवस होता. पहाटे उठून वत्सलाने वाड्याच्या दारात रंगीत रांगोळी घातली होती. मधला चौक पणत्यांनी उजळून निघाला होता. छोट्या राघवसाठी आजोबांनी भुईचक्रे आणि फुलबाज्या आणल्या होत्या. त्या उत्सुकतेने तो पहाटेच उठून तयार झाला होता. 'आज तरी विश्वंभर यायला हवे आहेत,' प्रत्येक पणती लावताना वत्सला मनाशी घोकत होती. खरंतर विश्वंभरचे आई-बाबाही मनात हेच म्हणत होते. देवदर्शन, फराळ करण्यासाठी विश्वंभरची चाहूल घेत बराच वेळ खोळंबल्यानंतर मग मात्र प्रत्येकाने आपलं मन आवरलं आणि उसना उत्साह आणून राघवसाठी ती दिवाळी साजरी केली.

शास्त्रीबुवा अधूनमधून विश्वंभरला पत्र लिहीत असत. त्याला उत्तर म्हणून तो रीतसर पत्र लिहीत असे. सर्वांची चौकशी, आपल्या कामातील प्रगती याबद्दल लिहीत असे. महिना, दोन महिन्यांनी येणाऱ्या त्याच्या

त्या पत्राकडे सगळ्यांचे डोळे लागलेले असायचे. त्याच्या वाढत्या मुक्कामाबद्दल शास्त्रीबुवांनी तक्रार केली की, त्याच्या कामाचं महत्त्व विश्वंभरची आई व बायको पटवून द्यायला लागायच्या. मग ते शांत व्हायचे.

कधी कधी "मी स्वत:च जाऊन घेऊन येतो त्याला!" असं म्हणणाऱ्या शास्त्रीबुवांना वेदवतीबाई म्हणत, "अहो, सहा महिन्यांनी येईलच परत तो. एवढ्या लांबचा प्रवासखर्चही खूप. शिवाय त्या नवख्या राज्यात तुम्हाला कसं जमेल सगळं?" वारंवार अशी प्रश्नोत्तरं होत असत.

राघवला आठवं लागलं आणि त्याच्या मुंजीचा शास्त्रीबुवांनी धोसरा घेतला. मुहूर्त पाहू लागले. आमंत्रण-जेवणावळीची चर्चा करू लागले. "अहो, पण मुलाच्या बापाला विचारून काढायला हवा मुहूर्त." वेदवतीबाई म्हणाल्या; पण शास्त्रीबुवांनी तिकडे लक्ष दिलं नाही. वत्सलेची संमती घेऊन मुहूर्त पक्का केला आणि मग म्हणाले, "मी आजारी असल्याची तार केलीय. चार दिवसांत हजर होईल विश्वंभर आणि एवढ्यानेही तो आला नाही तर मग मी लावीन राघवची मुंज."

खरोखरच पाचव्या दिवशी विश्वंभर आला. शास्त्रीबुवांनी खोटी तार केल्याचे कळल्यावर नाराज झाला; पण आईने बऱ्याच गोष्टी सुनावल्या. त्यावेळी काही दिवस राहून मुंज लावून मग परतण्याचं त्याने ठरवलं. जवळपास सात वर्षांनी तो परतला म्हणून वत्सलाला खूप आनंद झाला होता. त्याच्याशी खूप काही बोलायचं होतं. पूर्वीसारखी ती आता नवथर वधू नव्हती. परिपक्व झाली होती. त्याच्याकडे काही मागायचं, बरंच सांगायचं म्हणून मनाशी योजत होती; पण वेळच मिळत नव्हता. शास्त्रीबुवांच्या एकुलत्या एक नातवाची मुंज म्हणून खूप मोठा घाट घातला होता. घरची कामं तिच्याकडे आणि बाहेरची विश्वंभरकडे विभागली होती. साऱ्या गडबडीत, कामातही वेगळंच सुख होतं.

विश्वंभर आल्याचं कळल्यामुळे त्याला भेटायला कुठून कुठून लोक येत होते. त्याच्या कार्याबद्दल, सन्मानाबद्दल ऐकताना वत्सला भरून पावत होती. वाड्याला नवचैतन्य आलं होतं. कार्यासाठी सजलेल्या वाड्याला खरी शोभा विश्वंभरच्या असण्यामुळे आली होती. येता-जाता त्याला पाहूनही वत्सलाला समाधान वाटत होतं.

मुंज थाटात झाली. देवकार्य पार पडलं आणि विश्वंभरने जाण्याची

तयारी सुरू केली. शास्त्रीबुवा म्हणाले, "हे काय? आता कुठे निघालास?"
"मला जायला हवं बाबा, खूप गोष्टी खोळंबल्या असतील तिकडे."
"अरे बाळा, एक वर्षासाठी म्हणता म्हणता सात-आठ वर्षं झाली. आता सारं बंद करून लवकर इकडे ये परत. हे घर वाट पाहतंय रे तुझी." शास्त्रीबुवा हळवे झाले होते. "आम्ही दोघं थकलो आता. राघव शाळेत जाऊ लागला. त्याला कुणी शिकवायचं? या माउलीकडे बघ. तिने कुणाकडे बघत दिवस काढायचे?" वत्सलेला पुढे करून शास्त्रीबुवा विश्वंभरला म्हणाले. "बाबा, इतकी निरवानिरवीची भाषा का करताय तुम्ही? खंबीर होतात तुम्ही आणि तसेच राहाल. मला इकडची काळजी नाहीये आणि जे काम हाती घेतलंय ते पुरं नको का करायला?" विश्वंभरने समजावलं. "ठीक आहे; पण आता अधिक व्याप वाढवू नकोस बाबा. इकडे राहून कर देववाणीची सेवा - आपली वेदपाठशाळा बंद पडत चाललीय. त्यात लक्ष घाल."

"हो बाबा, वर्षभरात तिथली व्यवस्था लावतो आणि येतो मी," असं सांगून विश्वंभर परतला. वत्सलेच्या जिवाला अनामिक हुरहूर लागली होती. पावसाळ्यातल्या संतत धारेची अपेक्षा असताना वळिवाचा पाऊस पडून आभाळ निरभ्र व्हावं तसं काहीसं वाटत होतं. लहानग्या राघवला 'हे आपले बाबा' हे नीटपणाने कळलंही नाही; पण सर्वांनी एकमेकांसाठी मनाला बांध घातला.

शास्त्रीबुवांच्या नातवाची मुंज पंचक्रोशीत गाजली. कितीतरी दिवस स्नेही मंडळी त्याचं कौतुक करत राहिली. खोडसाळपणाने 'विश्वंभर का येत नाही,' 'कधी येणार?' असं विचारणाऱ्यांची तोंडं देखील बंद झाली होती या निमित्ताने! मग मनाला आलेली मरगळ झटकून शास्त्रीबुवा उत्साहाने कामाला लागले.

विश्वंभराने सांगितलेली वर्षाची मुदत संपून गेली तशी शास्त्रीबुवांच्या मनाने परत उचल खाल्ली. विश्वंभर येईलच आता, असं ते ज्याला त्याला सांगू लागले. काही दिवस वाट पाहून त्यांनी पत्र लिहिलं; पण महिनाभरात त्याचं उत्तर आलं नाही. पत्नीला ते यासंबंधी सांगतच होते. त्याचवेळी छोटा राघव म्हणाला, "आजोबा, मुकुंदाच्या घरी फोन घेतलाय, आपण फोन करू या का बाबांना?"

"कोण रे मुकुंदा?" आजोबांनी राघवला विचारलं.

"अहो, माझा मित्र, खेळायला येतो ना. मुकुंदा गोखले. चौकातच नाही का त्याचं घर?" ओळखीच्या खुणा पटवत राघव म्हणाला. "हांऽ हांऽऽ अच्युतरावांचा नातू काय रे? आलं लक्षात; पण मग फोन लावायला नंबर लागतो म्हणे. आपल्याकडे कुठेय नंबर?" "अहो त्यांच्याकडे जाडजूड पुस्तक आहे. मुकुंदा म्हणाला त्यात सगळ्यांचे नंबर असतात."

शास्त्रीबुवा कौतुकाने नातवाकडे पाहत होते. वत्सलेला ते म्हणाले, "बघितलंस का? चिरंजीव मोठे झाले आणि हुशारपण! खरंच जाऊन बघून येतो. चल रे राघव!"

शास्त्रीबुवांनी गोखल्यांच्या मदतीने वाराणसीच्या संस्कृत विद्यापीठाचा नंबर शोधून फोन लावला; पण विश्वंभराशी नीट बोलणं झालं नाही. त्यांच्या मनातील रुखरुख वाढतच होती. अशातच एके दिवशी विश्वंभरचा मित्र मधुकर आला. त्याच्या जवळ शास्त्रीबुवांनी विषय काढला. "मधू, काळजी वाटते रे विश्वंभराची. प्रत्यक्ष जाऊन यावं असं वाटतंय. तू त्याचा बालमित्र. येशील का माझ्यासोबत?" शास्त्रीबुवांच्या या प्रश्नाने मधू एकदम गप्पच झाला. त्याची चलबिचल पाहून ते म्हणाले, "अरे, मी खर्च करेन तुझा देखील. शिवाय चार दिवसांत परत येऊ आपण." "नाही हो, हे काहीच महत्त्वाचं नाहीय; पण मला वाटतं तुम्ही जाऊ नये तिकडे." "अरे पण का? विश्वंभरला आवडणार नाही का? तसं असेल तर तूच जा आणि समजावून घेऊन ये परत इकडे."

"...ते शक्य नाही हो आता." खालच्या आवाजात मधू म्हणाला. मग हळूहळू त्याने शास्त्रीबुवांना सारी कहाणी सांगितली. संस्कृत संवर्धनाच्या कार्यक्रमासाठीच सहा महिन्यांपूर्वी तो वाराणसीला गेला होता. त्यावेळी त्याच्या लक्षात आलं होतं की विश्वंभराने तिकडे दुसरा संसार थाटलाय. रागिणी- त्याची दुसरी पत्नी आचार्यांची मुलगी होती. ते दोघं मिळूनच तिकडे संस्कृत शब्दकोशाचे काम करीत होते. मधूने त्याची कानउघाडणी केली. परत चलण्याविषयी सुचवलं; पण त्याने साफ नकार दिला होता. ते सारं ऐकून शास्त्रीबुवा खचून गेले. थोडा वेळ थांबून त्यांची समजूत काढून मधू नाइलाजाने निघून गेला. दुपारी शास्त्रीबुवांना फणफणून ताप भरला. वेदवतीबाईंना समजेना, की सकाळी वाराणसीला जाण्याच्या

गोष्टी करणारे शास्त्रीबुवा अचानक आजारी कसे पडले? औषधे, विश्रांती घेऊन प्रकृती थोडी सुधारल्यावर त्यांनी विचारलं, "असं कसं झालं एकदम?"

आता मात्र शास्त्रीबुवांचा संयम संपला. "वेदवती, अगं नशीब फुटलं आपलं. भय वाटत होतं तेच झालं. पूर्वीपासूनच वाटायचं विश्वंभर संसारात रमणार नाही, म्हणून तर सालस मुलगी पाहून वेळेत लग्न केलं याचं; पण हा असा गुण उधळेल असं वाटलं नव्हतं गं. अगं, दुसरं लग्न केलंय त्याने तिकडे." संताप आणि दुःख दोन्ही अनावर होऊन ते कळवळून रडत होते. वेदवतीबाई हतबुद्ध होऊन ऐकत होत्या आणि शास्त्रीबुवांसाठी औषध घेऊन येणाऱ्या वत्सलेच्या अंगावर तर जणू वीज कोसळली होती. कुणी, कुणाला, कसं समजवायचं?

काही दिवस घरात असह्य शांतता होती; पण नंतर शास्त्रीबुवा आणि वेदवतीबाईंनी स्वत:ला सावरलं आणि वत्सलेला मायेच्या पंखाखाली घेतलं. शास्त्रीबुवा म्हणाले, "बाळा, मी तुझा अपराधी आहे गं! मला माफ कर. माझ्यामुळे तू या घरात आलीस आणि तुझ्या वाट्याला हे दुःख आलं; पण मी तुला वचन देतो, की आजपासून माझ्या मुलाची जागा तू घेतलीस. त्याच्या जागी मी तुला मानतो. सासरा नाही, आता बाप आहे मी तुझा. चालेल ना तुला?" वत्सलेलाही मग रडू फुटलं. "आबा, मी मुलगीच आहे तुमची. वडिलांची माया मला तुमच्यामुळेच कळली. माझा संसार मोडला, याचं दुःख डोंगराएवढं मोठं आहे खरं; पण तुम्हा दोघांच्या, या घराच्या आधारावर राघवकडे पाहत मी पुढचं आयुष्य काढेन आणि तसंही या संसारात, या घरात ते होतेच कधी? यापुढेही आपण सर्वजण एकमेकांसाठी जगत राहू."

वत्सलेच्या समंजसपणामुळे शास्त्रीबुवांच्या मनावरचं ओझं उतरलं. त्यांनी खरोखरच वत्सलेची कायदेशीर वारस म्हणून नोंद केली. शेतीचे व्यवहार शिकवले आणि हळूहळू सर्व कारभार तिच्यावर सोपवला. एक नवीन आव्हान समजून ती घरचं, शेतीचं सगळं काम पूर्वीपेक्षा जबाबदारीने करू लागली.

राघव हळूहळू मोठा होत होता. बाहेरच्या लोकांच्या चौकशीकडे दुर्लक्ष करीत चौघेजण एकमेकांच्या पाठीशी राहत होते. काळ पुढे सरकत होता. महिनाभराचं आजारपण होऊन वेदवतीबाई निधन पावल्या.

आजारपणात त्यांनी विश्वंभराची आठवण काढली म्हणून नाइलाजाने शास्त्रीवांनी त्याला कळवलं; पण तो आलाच नाही. मग सगळं क्रियाकर्म शास्त्रीबुवांनीच केलं. पुढे दोनच वर्षांत शास्त्रीबुवाही आजारी पडले. एव्हाना कॉलेजला जाणाऱ्या राघवने त्यांची जवळजवळ वर्षभर शुश्रूषा केली. त्याला पदवीधर झालेला पाहून शास्त्रीबुवांनी समाधानाने डोळे मिटले.

वाड्यात आता राघव आणि वत्सला दोघंच उरले. हळूहळू शेतीचा कारभार राघव पाहू लागला. आयुष्यातल्या वळणवाटा, खाचखळग्यांना तोंड देताना वत्सलाही वयापेक्षा अधिक पोक्त झाली होती. दुःखात सुख एवढंच होतं की राघव आईला जाणणारा होता. 'आयुष्यभर खस्ता खाऊन आपण काय मिळवलं?' असा प्रश्न वत्सलेच्या मनात आला की 'राघव' हे उत्तर ती स्वतःला देई. सगळ्या कष्टाच्या, दुःखाच्या प्रवासात केवळ 'राघव' हेच तिचं सुखनिधान होतं. बालपणीच ती आई-वडिलांना मुकली; पण मामा-मामीच्या छायेत वाढली. लौकिकार्थाने संसारसुख, नवऱ्याचं प्रेम मिळालं नाही; पण सासू-सासऱ्यांची माया आणि आधार मिळाला. तसं पाहायला गेलं तर कर्त्या मुलाचे सारे अधिकार तिला शास्त्रीबुवांनी दिले; पण वत्सलेने ते जाबाबदारीने सांभाळले. नवऱ्याने केलेल्या वंचनेमुळे तिच्या वागण्यात कटुता आली नाही, की मिळालेल्या अधिकारामुळे स्वभावात अहंकार आला नाही. घरच्या माणसांशी तर नाहीच, पण गडी माणसांशीही वागताना तिने अदब सोडली नाही. या साऱ्यांच्या आशीर्वादाचे फळ म्हणून राघवसारखा आज्ञाधारक मुलगा तिला लाभला, असं तिला वाटत असे.

घरची शेतीभाती, कुळधर्म-कुळाचार, आजी-आजोबांची सेवा साऱ्या गोष्टीत राघव तिच्यासोबत उभा होता. त्याच्याकडे पाहून वत्सलेला अभिमानही वाटे आणि काळजीपण वाटे; कारण राघवचं देखणं रूप, कर्तबगारी आणि संपन्न घराणं, यामुळे कितीतरी वधुपिते चौकशी करत होते; पण राघव मात्र लग्नाला तयार होत नव्हता. वत्सलेने खोदून विचारल्यावर तो म्हणाला, "आई, लग्न करून माणसं सुखी होतात? तुला कोणतं सुख मिळालं लग्न करून? मला नाही करायचं लग्न! मला बायकोवर हक्कही गाजवायचा नाहीय आणि चुकीचं वागून तिची

वंचनाही करायची नाहीय.'' त्याचं कडवट उत्तर ऐकून ती चमकली. त्याचं मत बदलायचा प्रयत्न करू लागली; पण राघव म्हणाला ''पण आई, कशाला पाहायची विषाची परीक्षा? छान चाललंय ना आपलं? तुझ्यासारखी आई दिलीय देवानं, फक्त तिला सुखात ठेवायचंय मला.'' वत्सला त्याच्याकडे पाहतच राहिली.

अलीकडे राघवची सर्व बाबतीतली मते अगदी काळ्या दगडावर रेघ मारल्यासारखी स्पष्ट असायची. त्यामुळे वत्सलाला थोडं दबकल्यासारखंच वाटे. आजही तसंच झालं. ध्यानीमनी नसताना विश्वंभरशास्त्री परत आले. या धक्क्यातून सावरायच्या आत राघवने त्यांना सरळ हाकलून द्यायला सांगितलं. दोन्ही गोष्टींचा विचार करीत वत्सला पाकोळीसारखी घरभर भिरभिरत होती. काय करावं, रस्ता दिसत नव्हता. निर्णय सुचत नव्हता. राघव शेतावर निघून गेला आणि विश्वंभर अजून उठले नव्हते. कसं वागावं त्यांच्याशी? 'त्यांनी कधी विचार केला आपला? मग आपण तरी कशाला करायचा?' हे राघवचं मत होतं; पण ठरवून तरी इतकं वाईट वागता येईल मला? किती झालं तरी नवरा आहे तो माझा आणि हे घरही त्यांचंच नाही का? कागदोपत्री हक्कदार मी असले तरी त्यांचा हात धरून या घरात आल्यामुळेच मला हे अधिकार मिळाले आहेत. वत्सला विचार करत राहिली. विश्वंभरशास्त्रींच्या प्रभावी व्यक्तिमत्त्वापुढे आपल्यासारखी स्त्री दोन शब्द तरी बोलू शकेल का यातले, या विचारात वत्सला गरगरत असतानाच शब्द आले ''मला अंघोळीला गरम पाणी मिळेल?'' शास्त्रीबुवा तिला विचारत होते. ती पटकन म्हणाली, ''होऽ मागच्या न्हाणीघरात बंब पेटवलेलाच आहे.'' शास्त्रीबुवांनी पिशवी उचलली आणि आतल्या खोलीत नेली. तिला राघवचं वाक्य आठवलं, ''संध्याकाळपर्यंत ही पिशवी दिसता कामा नये.''

अंघोळ करून बैठकीत येऊन बसलेल्या विश्वंभरशास्त्रींशी बोलायचं असं तिने ठरवलं होतं; पण मनात असूनही ते तिला जमलं नाही. तिच्याकडे त्यांनी पाहताच ती गडबडून म्हणाली, ''जेवायला काय करू?''

''कर काहीही.'' त्यांनी उत्तर दिलं आणि घसा खाकरत मृदू स्वरात

म्हणाले, "मी आता इथेच राहावं म्हणतोय." वत्सलाला काय बोलावं तेच सुचेना. ज्याची इतकी वर्षं वाट पाहिली तो चुकलेला वाटसरू परत आला याचा आनंद मानावा की राघवच्या सूचनेनुसार कडक धोरण स्वीकारावं? ती काहीच बोलली नाही. मौन हीच संमती मानून विश्वंभरशास्त्री बोलत राहिले... घरापासून इतकी वर्षं दूर राहिल्याबद्दल, संशोधनात स्वत:ला झोकून दिल्याबद्दल, स्वत:च्या सन्मान, गौरवांबद्दल.. आणि वत्सला ऐकतच राहीली. त्यांच्या प्रभावी वाणीमुळे तिच्या लक्षातही आलं नाही, की घरच्यांपासून, कर्तव्यापासून दूर राहिल्याची खंत त्यात कुठेही नव्हती. ते वत्सलेबद्दल काही बोलले नाहीत आणि रागिणीबद्दलही! हे लक्षात आलं त्यावेळी वत्सलेला एकापरीने बरंच वाटलं. अप्रिय विषय टाळलेलाच बरा.

"आता मात्र इथेच राहायचंय आपल्या घरी!" ते समारोप करीत म्हणाले. किती तरी वर्षांपासून या प्रसंगाची आस लागली होती. निदान या वयात तरी एकमेकांचा आधार होईल या कल्पनेत वत्सला रमून गेली.

दुपारी जेवण झाल्यावर वामकुक्षीसाठी विश्वंभर खोलीत गेले आणि राघव जेवायला आला. त्याने विचारल्यावर वत्सलाने सारी हकिगत सांगितली. "वाटलंच होतं आई, तू कचखाऊपणाने वागणार. मीच हाताला धरून बाहेर काढतो आता त्या माणसाला." तो संतापून म्हणाला.

तो बोलल्याप्रमाणे वागेल अशी वत्सलेला खात्री होती. अजिजीने त्याचा हात धरत ती म्हणाली, "अरे, असा आततायीपणा करू नको रे! बाप आहे तो तुझा!"

"बापासारखं वागला का कधी? आई, तुला सांगून ठेवतो, तो माणूस इथे राहणार असेल तर मी मळ्यावर जाऊन राहीन." राघव चिडून ओरडला. "अरे, असं काय करतोस वेड्यासारखं? सबुरीने घे जरा. चुकलं असेल त्यांचं; पण आता उपरती झालीय ना?" वत्सला म्हणाली.

"आई, तू असल्या भ्रमात राहू नकोस. सगळे दरवाजे बंद झाले असतील म्हणून या स्वार्थी माणसाला म्हातारपणी घराचं दार दिसलं असेल."

"राघव, हे अती होतंय. मर्यादा सोडू नकोस. आईसमोर बोलतोयस हे विसरू नको." "आई चुकलं माझं; पण आयुष्यभर या माणसाने तुला किती दुःख दिलंय ते पाहिलंय मी. त्यांना पाहून जिवाचा संताप झालाय माझ्या. तुझ्या भोळेपणाचा गैरफायदा कोणी घेऊ नये म्हणून जीव तुटतोय माझा."

"कळतंय रे बाळा मला, पण..." तिच्या डोळ्यांत पाणी दाटलं. अखेर दोन्हीकडून तिची कुचंबणा होत असेल हे जाणून राघवने मौन पत्करलं.

रात्रीच्या जेवणावेळी विश्वंभर शास्त्रींनी राघवला पाहिलं. राघवने त्यांच्याकडे दुर्लक्ष केलं. मग त्यांनी तिरकसपणे वत्सलेलाच विचारलं, "हं, काय करतात आता चिरंजीव?" खरं तर राघवकडून उत्तराची अपेक्षा होती; पण तो काहीच बोलत नाही हे पाहून तीच म्हणाली, "पदवीधर झालाय, शेतीचं सारं तोच पाहतो."

राघवने रागाने आईकडे पाहिलं. 'यांना कशाला हे सांगायला हवं?' हाच भाव त्याच्या नजरेत होता; पण वत्सलेला संवाद हवा होता. दोघांना सांधण्याचा प्रयत्न तिने सुरू ठेवला.

"संस्कृत येतं की नाही?" विश्वंभर शास्त्रींचा तिरकसपणा कमी होत नव्हता. "हो, येतं ना. आजोबांनी खूप छान तयार केलंय त्याला." असं उत्तर वत्सलेनं द्यायच्या आत राघव कडाडला, "आई, जगात संस्कृत ही एकच भाषा नाहीय. माणसाला संस्कृत येतं की नाही त्यावर तो सुसंस्कृत आहे की नाही ते ठरत नाही."

"नसेलही; पण बापाशी बोलण्या-वागण्याच्या पद्धतीवरून तरी तो सुसंस्कृत आहे की नाही हे नक्कीच कळतं." विश्वंभरशास्त्रींनी प्रत्युत्तर केलं. प्रकरण चिघळत चाललं हे वसूच्या लक्षात आलं. तेवढ्यात राघवने टोमणा मारला, "जो माणूस आपल्या बापाशी मुलासारखा आणि मुलाशी बापासारखा वागला नाही, त्याला सुसंस्कृतपणाची व्याख्या ठरवण्याचा अधिकार नाही." आणि राघव ताडकन उठून निघून गेला. चरफडत विश्वंभरशास्त्रीही खोलीत निघून गेले. वत्सलेने ती रात्र तळमळत काढली आणि सकाळीच मधुकरला बोलवून घेतलं. आल्याबरोबर थोडक्यात सगळं सांगून म्हणाली, "भाऊजी, तुम्ही तरी समजवा हो या दोघांना." आणि तिला हुंदका आवरला नाही.

"वहिनी, तुम्ही काळजी करू नका. मी पाहतो; पण राघवचंही काही चूक नाहीय." "मला तर कुणाचं चूक, कोण बरोबर काही कळेनासंच झालंय. एवढंच वाटतं, आता घरात क्लेश नको."

सहजच भेटायला आल्याचं सांगत मधुकरने आपल्या बालमित्राला विश्वंभरला बरंच सुनावलं. चहा-पोहे घेऊन आलेल्या वत्सलेसमोर समारोप करत तो म्हणाला, "विश्वंभर, तुझं काम खूपच मोठं आहे; पण वहिनींनी तुझ्या माघारी घर, शेती किती छान सांभाळली. तुझ्या आई-बाबांसाठी सून आणि मुलगा दोन्हींची कर्तव्यं केली. तुझा मुलगा राघव, पंचक्रोशीत असा गुणी मुलगा सापडणार नाही. उत्तम शिक्षण, घर, शेती यांच्याबरोबरच माणसं जोडण्याची कला आहे त्याच्याजवळ. आजोबांसारखाच 'प्रतिष्ठित' म्हणून ओळखतात त्याला लोक. संस्कृतमधले उत्तमोत्तम ग्रंथ वेगवेगळ्या भाषांमधून अनुवाद करून कॉम्प्युटरवर एक प्रोजेक्ट करतोय तो. त्याचं हे काम देश-विदेशात पोचणार आहे. विश्वंभर, तुझ्या या माणसांचं मोल लक्षात घे. त्यांच्या सोबत राहून त्यांना जाणून घे आता." मधुकरच्या बोलण्याचा परिणाम की काय, पण विश्वंभरशास्त्री शांत झाले. रोजची आन्हिकं झाल्यावर पूजापाठ व आपल्या ग्रंथांसोबत वेळ घालवू लागले. राघवसोबत संवादही होत नव्हता आणि विसंवादही. वत्सलाही मग दोघांशी गरजेपुरतंच बोलू लागली.

आठ-दहा दिवसांनंतर विश्वंभरशास्त्रींनी वत्सलेला हाक मारली आणि म्हणाले "बैस इथे." ती मनाशी अटकळ बांधू लागली. तेवढ्यात घसा खाकरत म्हणाले, "मी फार चुकलो गं! अपराधी आहे मी तुमचा. मधूच्या बोलण्याचा विचार करतोय सारखा. मी माझ्यातच गुंतलो. केवळ माझ्याच मोठेपणाचा विचार केला. स्वार्थी आहे मी. आई-बाप, बायको-मुलगा कुणाशीच न्याय केला नाही. आजूबाजूच्या सामान्य माणसांत मी एकटाच असामान्य आहे, असं समजून वागत आलो. वेदशास्त्रपारंगत झालो; पण सारासार विचार केला नाही. तत्त्वज्ञ झालो, पण तत्त्वाने वागलो नाही. तुझ्यावर खूप अन्याय केलाय मी; पण विश्वास ठेव, चैनीखातर दुसरा संसार थाटला नाही मी. काही कारणांमुळे तसं करावं लागलं. मला माफ करशील का कधी? राघवला समजावून सांगशील की त्याच्या बापासारखा वागलो नाही हे खरंय, पण त्याच्या-

शिवाय अन्य कुणाचा बापही झालो नाही. माझ्या विद्वत्तेमुळे गर्विष्ठपणाने वागलो; पण व्रतस्थपणानेही वागलो. तुम्हा दोघांना समजेल का माझी भूमिका?'' त्यांचा तो वेदनेने विवर्ण झालेला चेहरा वत्सलेला पाहवत नव्हता.

रात्रीच्या जेवणाच्यावेळी विश्वंभर शास्त्री म्हणाले, ''आज राघवला वेळ झाला.'' जेवणानंतर त्याची वाट पाहत बराच वेळ येरझाऱ्या घालून झाल्यावर ते म्हणाले, ''मी झोपतो आता. पहाटे लवकर उठून बोलतो राघवशी.'' बापलेकात सुसंवाद होईल या आशेने वत्सला सुखावली.

सकाळी लवकर उठून राघवला घेऊन ती त्यांच्या खोलीत गेली. विश्वंभरशास्त्री जागे झाले. राघवला पाहून त्यांना भावना आवरता आल्या नाहीत. कदाचित रात्रभर झोपलेले नसावेत. उठायचा प्रयत्न करतच त्यांनी हात जोडले आणि राघवला म्हणाले, ''बाळा, मला माफ कर. मी अपराधी आहे तुम्हा दोघांचा.'' राघव काही बोलणार तेवढ्यात ते अचानक मागे झुकले. अंथरुणात पडतापडताच त्यांचा चेहरा वाकडा झाला, हात लुळा पडला. राघवला थोडी कल्पना आली. त्याने तत्काळ डॉक्टरांना बोलावलं. सगळी तपासणी झाल्यावर डॉक्टरांनी सांगितलं, की पॅरॅलिसिसचा जोरदार अ‍ॅटॅक आला होता व त्यात त्यांची वाचाही गेली होती. त्यांची ती अगतिक अवस्था बघून राघवचा राग विरघळायला लागला. अंथरुणात पडून राहण्याशिवाय ते काहीच करू शकत नव्हते. सारी शुश्रूषा वत्सला व राघव करीत होते. ते पाहून त्यांना आणखी अपराधी वाटत होतं. राघवपुढे अगतिकपणे मुक्याने हात जोडून ते डोळ्यांनीच क्षमायाचना करत राहायचे.

पंधरा दिवस अशा प्रकारे गेले असतील. सोळाव्या दिवशी झोपेतच विश्वंभरशास्त्री निवर्तले. त्यानंतर भेटायला येणाऱ्यांची जणू रीघ लागली होती. राघव आणि वत्सला यांना परस्परांजवळ भावना व्यक्त करण्याचीही उसंत मिळाली नाही. आईच्या इच्छेखातर राघवने वडिलांचे दिवसकार्य व्यवस्थित पार पाडले. उदकशांतीचे गोडाचे जेवण जेवून पाहुणे आपापल्या घरी गेले. साऱ्या धावपळीने थकून गेलेल्या वत्सलेला राघवने विश्रांती घेण्यासाठी सक्तीने खोलीत पाठवून दिलं आणि शेतावरच्या हिशोबांची वही काढली. गेला महिनाभर सगळंच विस्कळीत झालं होतं. आता

पुन्हा लक्ष घालायला पाहिजे, असा विचार करत असतानाच पोस्टमनने हाक दिली आणि लिफाफा टाकून तो निघून गेला.

राघवने लिफाफा फोडला आणि मजकूर वाचून त्याच्या चेहऱ्यावर कडवट हसू तरळलं. आपला अंदाज चुकला नाही म्हणून सूक्ष्म समाधान वाटलं आणि त्याचवेळी 'आपला अंदाज चुकायला हवा होता यावेळी!' असंही वाटत राहिलं. दुसऱ्यांदा परत त्याने ते पत्र नीटपणे वाचलं आणि संतापाची सणक त्याच्या मस्तकात गेली. हे पत्र जरा आधी यायला हवं होतं, असं तीव्रतेने वाटू लागलं.

राघवच्या मित्राकडून ते पत्र आलेलं होतं. नुकताच वाराणसीजवळ एका गावी तो नोकरीच्या निमित्ताने गेला होता. त्याचवेळी राघवने त्याला संस्कृत विद्यापीठ व रागिणी शास्त्री यांच्याविषयी माहिती काढायला सांगितले होते. त्याप्रमाणे त्याने चौकशी करून सुमारे तीन महिन्यांपूर्वी रागिणी शास्त्री यांचं निधन झाल्याचं कळवलं होतं व सोबत वृत्तपत्रातल्या बातमीचं कात्रणसुद्धा पाठवलं होतं. राघवने ताडून पाहिलं. वृत्तपत्रातल्या त्या तारखेनंतर सुमारे तीन आठवड्यांनी विश्वंभर शास्त्री इथे आले होते. म्हणजे तिच्या मृत्यूनंतर विधिवत दिवस, कार्ये पार पाडून मग त्यांना आमची आठवण झाली असावी! राघवच्या जिवाचा संताप संताप झाला. अखेर त्याचंच वाक्य खरं ठरलं होतं. सगळ्या वाटा बंद झाल्या म्हणूनच ते इथे आले होते. राघव ताडकन उठला. आईला हे पत्र दाखवून त्याला सांगायचं होतं, ''बघ, हा स्वार्थी माणूस आपल्या किंवा घराच्या प्रेमापोटी नव्हता आला इथे! केवळ तुझ्यामुळे मी या नीच माणसाची सगळी सेवा केली आणि सन्मानपूर्वक अंत्यविधीसुद्धा केला.'' राघवच्या जिवाची चडफड होत होती. आईशी देखील कडकडून भांडावंसं वाटत होतं. त्याच भरात तो पत्र घेऊन आईच्या खोलीत पोचला; पण आई गाढ झोपली होती.

अंगाचं मुटकुळं करून झोपलेल्या आईच्या चेहऱ्यावर विलक्षण समाधानी भाव होते. गेल्या दोन महिन्यांत इतक्या शांतपणे झोपलीच नसेल ती. तिचा तो थकलेला देह बघून राघवला गलबलून आलं. 'काय मिळवलं असेल बिचारीने आयुष्यभर यातायात करून?' राघवच्या मनात आलं. केवळ कर्तव्य निभावत आयुष्य जगली आणि त्यातच समाधान मानत राहिली. मघाशी सारे उरकल्यावर पण ती हेच म्हणाली

होती. शेवटी का होईना शास्त्रीजी घरी परतले. त्यांच्या सेवेची संधी मिळाली. राघवने सारं व्यवस्थित केलं याबद्दल बोलत राहिली. तिच्यावर या साऱ्याचा किती विलक्षण ताण आला असेल, ते राघवला जाणवलं आणि मग त्याने तिला विश्रांतीसाठी पाठवून दिलं होतं.

राघवने डोळे पुसले. त्याचीही गेले दोन महिने दमछाक झाली होती. विश्वंभरशास्त्री आल्यावर प्रचंड संताप, नाइलाजाने स्वीकारल्यानंतर आजारपणातली शुश्रूषा, मृत्यू आणि दिवसकार्य या साऱ्यात मानसिक दमणूक झाली होती. केवळ आईच्या इच्छेखातर या साऱ्यात तो गुंतत गेला. कळत्या वयापासून ज्यांचा तिरस्कार केला त्याचं सारं काही केलं आपण? राघवला प्रश्न पडला होता. राघवने परत त्या पत्राकडे पाहिलं. आईचा भाबडेपणा आणि विश्वंभर शास्त्रींचा स्वार्थीपणा. किती विरोधाभास! आईला कळायलाच हवा या माणसाचा कावेबाजपणा. आताही त्याने फसवलंय तिला आणि मलाही सांगायलाच हवं तिला! राघव उठून आईजवळ गेला मात्र, तिच्याकडे पाहताना तो थबकला. वाटलं, याने काय साध्य होईल? ते आले, राहिले, सेवा, अंत्येष्टी सारं करून घेतलं. आता घडून गेल्यावर ते बोलून काय उपयोग? उलट, या साऱ्यामध्ये आई खूप दुःखी होईल. नवऱ्याने आयुष्यभरासाठी तिला दुःख दिलंच होतं. तिच्या वंचनेचा उरलासुरला अध्याय वाचून यापुढचं आयुष्यही अंधारून टाकायचा आपल्याला काय अधिकार? उलट कर्तव्यपूर्तीचं हे समाधान असंच राहू दिलं तर ती सुखाने जगेल. भरून आलेले डोळे पुसत राघवने मनाला मुरड घातली. मागल्या दारी अजून चुलीतली लाकडं धगधगत होती. हातातल्या पत्राचे तुकडे करून राघवने त्यात जाळून टाकले. मनातल्या संतापासोबतच त्या जीवघेण्या सत्याची आणि आपल्या संतापाचीही धग आईपर्यंत पोहोचू नये म्हणून प्रयत्न करताना त्याला आपल्या सडेतोड स्वभावाशीही सामना करावा लागणार होता; पण राघवनेच ते स्वीकारलं होतं. मनातल्या मनात आईची मूर्ती आठवत तो म्हणत राहिला, 'फक्त तुझ्याचसाठी!'

◆